இதம் தந்த வரிகள்

இதம் தந்த வரிகள்
கு. அழகிரிசாமி – சுந்தர ராமசாமி கடிதங்கள்

கு. அழகிரிசாமி

புதுமைப்பித்தன் பரம்பரை எழுத்தாளர். இடைசெவலில் பிறந்தவர். சென்னையிலும் மலேயாவிலும் *பிரசண்டவிகடன், சக்தி, தமிழ்நேசன்* முதலான பத்திரிகைகளில் பணியாற்றியவர். சிறுகதை, கட்டுரை, மொழிபெயர்ப்பு, பதிப்பு, நாடகம், கவிதை, நாவல் ஆகிய இலக்கிய வகைகளில் தனித்தன்மையுடன் செயல்பட்டவர். எளிய நடை, சித்திரிப்பின் லாவகம், உள்ளோடும் துயர இழை, மிதக்கும் நகைச்சுவை, கமழும் மண்ணின் மணம் என அழகுகள் கூடிவந்த கலை அழகிரிசாமியின் எழுத்து. எழுத்துலக அங்கீகரிப்பின் அடையாளமாக சாகித்திய அக்காதெமி விருது இறப்புக்குப் பின் அவருக்கு வழங்கப்பட்டது. தமிழில் சிறுகதைக்காக இப்பரிசைப் பெற்ற முதல் எழுத்தாளர்.

இத்தொகுப்பில் அவரது எல்லாக் கதைகளும் காலவரிசையில் இடம்பெறு கின்றன. பல கதைகள் முதன்முதலாக நூலாக்கம் பெறுகின்றன. நவீனத் தமிழ் இலக்கிய வரலாற்றில் கு. அழகிரிசாமியின் இடத்தை இத்தொகுப்பு நிலைநிறுத்தும்.

சுந்தர ராமசாமி

தமிழின் முன்னோடி எழுத்தாளர்களில் ஒருவரான சுந்தர ராமசாமி நாகர்கோவிலில் பிறந்தார். பள்ளியில் மலையாளமும் ஆங்கிலமும் சமஸ்கிருதமும் கற்றார். 1951இல் 'தோட்டியின் மக'னைத் தமிழில் மொழிபெயர்த்ததே முதல் இலக்கியப் பணி, 1951இல் புதுமைப்பித்தன் நினைவு மலரை வெளியிட்டார். இவரது முதல் கதையான 'முதலும் முடிவும்' அதில் இடம்பெற்றது. மூன்று நாவல்களும் பல கட்டுரைகளும் சுமார் 60 சிறுகதைகளும், பசுவய்யா என்ற பெயரில் கவிதைகளும் எழுதினார். 1988இல் *காலச்சுவடு* இதழை நிறுவினார்.

சுந்தர ராமசாமிக்கு டொரொன்டோ (கனடா) பல்கலைக்கழகம் வாழ்நாள் இலக்கியச் சாதனைக்கான 'இயல்' விருதை (2001) வழங்கியது.

வாழ்நாள் இலக்கியப் பணிக்காகக் 'கதா சூடாமணி' விருதையும் (2003) பெற்றார்.

சுந்தர ராமசாமி 14.10.2005 அன்று அமெரிக்காவில் காலமானார்.

மனைவி: கமலா. குழந்தைகள்: தைலா, கண்ணன், தங்கு.

(மூத்த மகள் சௌந்தரா 1996இல் காலமானார்.)

சுந்தர ராமசாமியின் பிற நூல்கள்

சிறுகதைகள்

சுந்தர ராமசாமி சிறுகதைகள் (2006) (முழுத் தொகுப்பு)
அக்கரைச் சீமையில் (2007) (முதல் சிறுகதை வரிசை)
அழைப்பு (2003), பள்ளியில் ஒரு நாய்க்குட்டி (2008)
பல்லக்குத்தூக்கிகள் (2010), பள்ளம் (2012)

நாவல்கள்

ஒரு புளியமரத்தின் கதை (1966)
ஜே.ஜே: சில குறிப்புகள் (1981)
குழந்தைகள் பெண்கள் ஆண்கள் (1998)

குறுநாவல்கள்

திரைகள் ஆயிரம் (2008)

கவிதை

நடுநிசி நாய்கள் (2008)
சுந்தர ராமசாமி கவிதையை (முழுத்தொகுப்பு) (2005)

விமர்சனம்/கட்டுரைகள்

அந்தரத்தில் பறக்கும் கொடி (2014) (தமிழ் கிளாசிக்)
ந. பிச்சமூர்த்தியின் கலை: மரபும் மனிதநேயமும் (1991)
இவை என் உரைகள் (2003)
வானகமே இளவெயிலே மரச்செறிவே (2004)
மனக்குகை ஓவியங்கள் (2011) (கட்டுரைகள் உரைக விவாதங்கள்)
வாழ்க சந்தேகங்கள் (2004) (கேள்வி – பதில்)
புதுமைப்பித்தன் கதைகள்: சு.ரா குறிப்பேடு (2005)
வாழும் கணங்கள்(2005) (படைப்புகளின் தொகுப்பு)
புதுமைப்பித்தன்: மரபை மீறும் ஆவேசம் (2006)
ஒரு கலை நோக்கு: ஆளுமைகள் தோழமைகள் (2019)

நேர்காணல்கள்

சுந்தர ராமசாம நேர்காணல்கள் (2011)

பிற நூல்கள்

மூன்று நாடகங்கள் (2006)
தமிழகத்தில் கல்வி (2000) (வசந்தி தேவியுடன் உரையாடல்)
இதம் தந்த வரிகள் (2002) (கு. அழகிரிசாமி – சுந்தர ராமசாமி கடிதங்கள்)
ஒரு தடா கைதிக்கு எழுதிய கடிதங்கள் (2006)

நினைவுக் குறிப்புகள்

ஜீவா (2003), கிருஷ்ணன் நம்பி (2003), க.நா.சு. (2003),
சி.சு. செல்லப்பா (2003), பிரமிள் (2005), ஜி. நாகராஜன் (2006),
தி. ஜானகிராமன் (2007), கு. அழகிரிசாமி (2011), தொ.மு.சி. ரகுநாதன் (2014),
ந. பிச்சமூர்த்தி (2016), நா. பார்த்தசாரதி (2016). கவிமணி (2019) மௌனி வெ. சாமிநா சர்மா என்.எஸ். கிருஷ்ணன் (2019)

மொழிபெயர்ப்புகள்

செம்மீன் (1962) (தகழி சிவசங்கரப்பிள்ளையின் சாகித்திய அகாதெமி பரிசுபெற்ற மலையாள நாவல்)
தோட்டியின் மகன் (2000) (தகழி சிவசங்கரப்பிள்ளை)
தொலைவிலிருக்கும் கவிதைகள் (2004)

இதம் தந்த வரிகள்

கு. அழகிரிசாமி – சுந்தர ராமசாமி கடிதங்கள்

காலச்சுவடு பதிப்பகம்

இதம் தந்த வரிகள் ♦ கு. அழகிரிசாமி – சுந்தர ராமசாமி கடிதங்கள் ♦ © கமலா ராமசாமி ♦ முதல் பதிப்பு: டிசம்பர் 2002, திருத்திய மறுஅச்சு: பிப்ரவரி 2005, நான்காம் (குறும்) பதிப்பு: ஜனவரி 2021 ♦ வெளியீடு: காலச்சுவடு பப்ளிகேஷன்ஸ் (பி) லிட்., 669, கே.பி. சாலை, நாகர்கோவில் 629001

Itham Thantha Varigal ♦ Correspondence between Azhagirisamy and Sundara Ramaswamy ♦ © Kamala Ramaswamy ♦ Language: Tamil ♦ First Edition: December 2002, Reprinted with Corrections: February 2005, Fourth (short) Edition: January 2021 ♦ Size: Demy 1 x 8 ♦ Paper: 18.6 kg maplitho ♦ Pages: 104

Published by Kalachuvadu Publications Pvt. Ltd., 669 K.P. Road, Nagercoil 629001, India ♦ Phone: 91-4652-278525 ♦ e-mail: publications@kalachuvadu.com ♦ Printed at Compuprint Premier Design House, Chennai 600086

ISBN: 978-81-87477-35-8

01/2021/S.No.122, kcp 2595, 18.6 (4) uss

சீதாவுக்கும்
ராமு, ராதிகா
சாரங்கன், பாரதி
ஆகியோருக்கும்

ஶ்ரீ அழகிரிசாமி

44 Sullivan Garden Road
சென்னை-7.
தேதி 24.7.58.

அன்புள்ள நண்பர் திருச்சிராமசாமி அவர்களுக்கு,
வணக்கம்.

எனது தமிழ் அன்பும் முயற்சியும் சார்ந்த தியாகமாம். நண்பர் கி.வா.ஜ. அவர்கள் பல முறை சொல்லியிருக்கிறார். அதன், குறைகள் பிரமாணம் பற்றி அவர்கள் சொல்லியிருப்பதுடன் இன்னொரு தடவையும் பார்த்தாயிற்றே! எழுதி முழு நம்பி அனுப்புவேன். கட்டாயம் சேர்ந்துவிடும்.

இதிலே நான் நுழைவதற்கு அனுமதி, அன்பொடும் வேண்டியுள்ளேன்?

இந்தப் பத்திரிகையில் நீங்கள் என் முயற்சியை எழுதுவதில் ஒரு கட்சியான கருத்து உண்டு. வயதுள்ள இந்தக்காலத்தில், திரைவேல-வகைப்பட்டு வேண்டாம் நான்.

நான்பத்து தலைமுறையில் தான் முயற்சியை "சிவம்" என்ற ஒரு சாதனை "சமஸ்கி" என்ற பதிப்பேன். இதே எனக்கும் ஒரு பிடி. பழைய பதிப்பாளர் நண்பர்களுக்கு போதாமல் என் "சமஸ்கி" இருந்ததற்காக நினைத்தேன். அவர்களை நினைவுகொள்ள பதிப்

நேற்றைய கடிதங்கள் பற்றி இன்றைய நினைவுகள்

ஐந்தாறு ஆண்டுகளுக்கு முன் நானும் நண்பர் கி. அ. சச்சி தானந்தமும் புதுக்கோட்டையில் திரு. கிருஷ்ணமூர்த்தி -திருமதி டோரதி கிருஷ்ணமூர்த்தி தம்பதிகளைச் சந்திப்பதற்காக அவர் களது வீட்டுக்குச் சென்றோம். இத்தம்பதியினர் அரும்பாடுபட்டு உருவாக்கியிருந்த அபூர்வமான நூல்நிலையத்தைப் பார்க்க வேண்டும் என்பது என் முக்கிய நோக்கமாக இருந்தது. கிருஷ்ணமூர்த்தி மிகுந்த ஆர்வத்துடன் நூல்நிலையத்தைச் சுற்றிக் காட்டினார். சில புத்தகங்களின் கையெழுத்துப் பிரதி களையும் காட்டினார். கடைசியாக அவர் காட்டியது கு.அழகிரி சாமி தன் நண்பர் யாரோ ஒருவருக்கு எழுதிய ஒரு சிறிய கடிதம். அதைப் படித்துப் பார்த்தேன். அதில் குறிப்பிடத்தகுந்த செய்திகள் எதுவும் இருக்கவில்லை. ஒரு அட்டையில் அக்கடி தத்தை, சிறிதும் கேடு வராதபடி அதன் மூலைகளில் மட்டும் ஒட்டி, ஒரு கண்ணாடித்தாளால் அதைப் பொதிந்து அத்தாளின் விளிம்புகளை அட்டையின் பின் பக்கம் மடக்கி ஒட்டியிருந்தார். அழகிரிசாமியின் கடிதம் இந்த ஒன்றுதான் கிடைத்தது என்றார். அந்தக் கடிதத்தைக் கிருஷ்ணமூர்த்தி பத்திரப்படுத்தியிருந்த விதம் எனக்குக் குற்ற உணர்ச்சியையும் வருத்தத்தையும் அளித்தன.

கு. அ. எனக்கு எழுதிய கடிதங்கள் எவ்வளவோ! அதேபோல் ஜீவா, வெ.சாமிநாத சர்மா, க. நா. சு, தி. ஜானகிராமன், சி. சு. செல்லப்பா, தொ. மு. சி. ராகுநாதன், ஜி. நாகராஜன், பிர மிள், சரஸ்வதி ராம்நாத், கிருஷ்ணன் நம்பி, கி. ராஜநாரா யணன் போன்ற நண்பர்கள் எனக்குக் கடிதங்கள் எழுதியிருக் கிறார்கள். தொ. மு. சி. எனக்கு எழுதிய கடிதங்கள் மட்டுமே நூறுக்கு மேல் இருக்கும். மலையாள இலக்கியத்தில் மிகப் பெரிய சிந்தனையாளராகவும் படைப்பாளியாகவும் கருதப்படும் எம்.கோவிந்தன் எனக்குப் பல கடிதங்கள் எழுதியிருக்கிறார். அவர் காலமான தேதிக்கு முன்தேதியிட்டு எனக்கு எழுதிய

கடிதம் அவர் மறைவுக்கு மறுநாள் எனக்குக் கிடைத்தது. இயக்குநர் ஜான் ஆபிரஹாமும் அவ்வப்போது எனக்குக் கடிதம் எழுதி வந்திருக்கிறார். இவற்றையெல்லாம் நான் பத்திரப் படுத்தி வைத்துக்கொள்ளாமல் இருந்துவிட்டது எவ்வளவு பெரிய தவறு என்று எனக்கு இடித்துச் சொல்வதுபோல் இருந்தது கிருஷ்ணமூர்த்தி எனக்குக் காட்டிய கு. அ. வின் கடிதம்.

நண்பர்களின் கடிதங்களைப் பத்திரப்படுத்தி வைத்துக் கொள்ள வேண்டும் என்பதை முற்றிலும் அறியாதவன் என்று என்னைச் சொல்லிக்கொள்ள முடியாது. நண்பர்களுடைய கடிதங்களில் லௌகீக விசாரிப்புகளுக்கு மேலாக ஏதேனும் ஒரு விஷயம் பற்றி ஒன்றிரண்டு வரிகளே இடம்பெற்றிருந்தாலும் கூட அவற்றை நான் பத்திரப்படுத்திக் கொண்டுதான் வந்திருந்தேன். எப்போதேனும் ஒருமுறை அக்கடிதங்களை மீண்டும் படித்துப் பார்க்கும் பழக்கமும் எனக்கு இருந்தது. மனம் சோர்ந் திருந்த நேரங்களில் நண்பர்கள் அவர்களது கடிதங்களில் வெளிப்படுத்தியிருந்த அன்பு எனக்கு உற்சாகத்தைத் தந்து வாழ்க்கை மீதான என் நம்பிக்கையைப் புதுப்பித்துக் கொள்ள வும் உதவியிருக்கிறது. இவர்கள் எல்லோரும் என்மீது ஏன் இவ்வளவு அன்பு செலுத்தினார்கள் என்ற கேள்விக்கு முழுமை யான விடை இன்று வரையிலும் எனக்குக் கிடைத்ததில்லை.

மிகுந்த சுதந்திரத்துடன் ஒரு எழுத்தாளனுக்கே உரிய வாழ்க் கையை வாழ வேண்டும் என்று கனவு கண்டுகொண்டிருந்த எனக்கு அவ்வாறான வாழ்க்கையைத் தேர்வு செய்ய என் சூழல் ஒரு தடையாக இருந்துவிட்டது. மனதின் அடியாழத்தில் எப் போதும் இருந்து கொண்டிருந்த இந்தக் குறை சில சந்தர்ப் பங்களில் பொங்கியெழுந்து பெரும் துக்கமாக மனதைக் கவ்வி சோர்வில் ஆழ்த்தியிருக்கிறது. அவ்வாறு சோர்வில் ஆழ்ந்த நேரங்களில் உணர்ச்சிவசப்பட்டுப் பல தவறான காரியங்களைச் செய்திருக்கிறேன். நான் பத்திரப்படுத்தி வைத்திருந்த கடிதங் களை அழித்தது அவற்றில் ஒன்று. எனக்குக் கடிதங்கள் எழுதிய பல நண்பர்கள் இன்றில்லை. அவர்கள் முகங்கள் எனக்குப் பசுமையாகவே நினைவிருக்கின்றன. ஆனால் அவர்களும் நானும் கொண்டிருந்த உறவுக்கு விளக்கமாக இருந்த கடிதங் களை என்றென்றுமாக இழந்துவிட்டது என் வாழ்க்கையின் துரதிருஷ்டம்.

அதிர்ஷ்டவசமான ஒரு கவனக்குறைவால் கு. அ. வுக்கும் எனக்குமான கடிதப் போக்குவரத்தில் ஒரு பகுதி மட்டும் தனி யாக எனக்குத் தெரியாமல் இருந்திருக்கின்றன. அவற்றை மட் டும் இப்போது வெளியிட்டிருக்கிறேன். இக்கடிதங்களை இப் போது படித்தபோது என் இளமை வாழ்க்கை சார்ந்த எண்ணற்ற நினைவுகள் எனக்குள் துளிர்த்தன. அந்த வாழ்க்கை மீண்டும் கிடைத்தால் அன்று இருந்ததை விடவும் விவேகமாக, அனுப வத்தில் பெற்ற இன்றைய அறிவு சார்ந்து வாழ்வதற்கான ஒரு

சந்தர்ப்பம் கிடைக்குமே என்ற கற்பனையிலிருந்து விடுபட முடியவில்லை.

இக்கடிதங்கள் இன்றும் என் மனதில் நல்லுணர்வுகளையே ஏற்படுத்துகின்றன என்றாலும் ஒன்றிரண்டு விஷயங்களை நான் குறிப்பிடுவது அவசியம் என்று எண்ணுகிறேன். கு. அ. மிகையா கவோ போலியாகவோ எழுதக்கூடியவர் அல்ல. ஆனால் அவர் ஏற்றுக்கொள்ளும் காரியங்களை அடிப்படையாக வைத்து நண் பர்களை மிகுந்த அளவுக்கு உற்சாகப்படுத்துவது அவர் சுபாவம். என் எழுத்தைப் பற்றி அன்று அவர் கூறியிருக்கும் கருத்துக்கள் அவர் உணர்வுகளை வெளிப்படுத்தக்கூடியவை என்றாலும் எனக்கு ஊக்கம் தர வேண்டும் என்பதில் அவர் கொண்டிருந்த ஆர்வத்திலிருந்து என்னால் அவற்றைப் பிரித்துப் பார்க்க முடியவில்லை. என் பதில்களைப் படித்துப் பார்த்த போது பொதுவாக அவை என் உணர்வுகளைப் பிரதிபலிப்ப தாகவே இருக்கின்றன. ஆனால் அக்கடிதங்களின் தொனி இன்று எனக்கு அந்நியமாக இருக்கிறது. டி. கே. சி. பாணியின் பாதிப்பைப் பெற்ற தொனி என் கடிதங்களிலிருந்து நான் மத்திய வயதை அடைவதற்கு முன்னாலேயே முற்றாக வெளியேறிவிட் டது இன்று எனக்கு மகிழ்ச்சியைத் தருகிறது. மனதிற்குப்படும் உண்மைகளைக்கூட பிறருக்குத் திருப்தி அளிக்கும் நோக் கத்தை அடிப்படையாகக் கொண்டு எழுத வேண்டாம் என்றும், உண்மை தன்னளவில் அளிக்கும் திருப்தியே போதுமானது என்றும் நான் முடிவுக்கு வந்தது மகிழ்ச்சியைத் தருகிறது.

இக்கடிதங்களைத் தொகுத்து முன்னுரை எழுதித் தந்த நண்பர் ராஜமார்த்தாண்டன், ஒன்றுக்கு இரண்டுமுறை இவற் றைப் படித்துப் பார்த்து யோசனைகள் கூறிய நண்பர் எம்.எஸ். ஆகியோருடன் இப்புத்தகம் வெளிவருவதில் பெறும் மகிழ்ச் சியைப் பகிர்ந்து கொள்கிறேன்.

இக்கடிதங்களைக் கணினியில் ஏற்றி ஒப்பிட்டுப் பார்த்து அச்சேற்றத்திற்குரிய பிரதியைத் தயார் செய்தவர்கள் குமார், ஜெயா, கனிதா ஆகியோர். இவர்களுக்கு என் நன்றி.

நாகர்கோவில்
10 டிசம்பர் 02

சுந்தர ராமசாமி

சுந்தர ராமசாமி

சுந்தரவிலாஸ்
ராமவர்மபுரம்
நாகர்கோவில்
[illegible]

அருமை நண்பரவர்களுக்கு
நமஸ்காரம்.

இந்தக் கடிதம் எழுதும் போது தாங்கள் பம்பாயில் இருக்கிறீர்களா அல்லது ஊர் திரும்பிவிட்டீர்களா என்பது தெரியவில்லை. 'கவிச் சக்கரவர்த்தி' வெளியீட்டு விழா கோலாகலமாக நடந்தேறியிருக்குமென்று கருதுகிறேன். அதைவிடவும் நான் முக்கியமாகத் தெரிந்து கொள்ள ஆவலோடு இருக்கும்

இரண்டு படைப்பாளிகளின் இலக்கியப் பகிர்தல்கள்

சமீபத்தில சில ஆண்டுகளாக எழுத்தாளர்களின் கடிதங் களைத் தொகுத்து நூலாக வெளியிடுவது பரவலாகி வருகிறது. புதுமைப்பித்தன் தன் மனைவி கமலாவுக்கு எழுதிய கடிதங்கள் தொகுக்கப்பட்டு நூலாக வெளிவந்தபோதும், அவரது அச்சில் வராத, நூல் வடிவம் பெறாத எழுத்துகள் 'காலச்சுவடு' பதிப்ப கத்தாரால் தொகுக்கப்பட்டு 'அன்னை இட்ட தீ' நூலாக வெளி வந்தபோதும் அதில் இடம்பெற்ற கடிதங்கள் குறித்து இலக்கிய வட்டாரத்திலே சில முணுமுணுப்புகள் எழுந்தன.

'இதெல்லாம் தேவைதானா? ஒரு படைப்பாளி தன் மனை விக்கும் நண்பர்களுக்கும் மிகவும் அன்னியோன்யமாக எழுதிய கடிதங்களையெல்லாம் வெளியிடத்தான் வேண்டுமா? இத னால், படைப்புகள் வழியே வாசகர்கள் மனத்தில் உருவாகி யிருக்கும் அந்தப் படைப்பாளியின் 'பிம்பம்' பாதிக்கப்படாதா? மேலும், இந்தக் கடிதங்களையெல்லாம் படிப்பதனால் வாசகர் களுக்கு என்ன இலக்கிய அனுபவம் கிடைத்துவிடப் போகி றது?' என்றெல்லாம் கேள்விகள் எழுப்பப்பட்டன.

ஒரு மேலான படைப்புக் கலைஞன், தன் எழுத்துக்கு உண்மையானவனாக - விசுவாசமானவனாக இருப்பவன், தன் நம்பிக்கைகளை, தனக்குச் சரியென்று தோன்றும் கருத்து களைத் தனது எழுத்தில் - படைப்பில் மறைத்து, சமகாலத்திய சமூகத்தின் அதிகார வர்க்கத்தினால் அங்கீகரிக்கப்பட்டிருக்கும் மதிப்பீடுகளையும் கருத்துருவாக்கங்களையுமே பிரதிபலிப்ப வன் அல்ல. அனைத்து அங்கீகாரங்களையும் கருத்துருவங் களையும் மதிப்பீடுகளையும் சந்தேக பாவத்துடன் எதிர் கொண்டு விமர்சனத்துக்குள்ளாக்குபவன். தனது நம்பிக்கை களுக்கும் மனசாட்சிக்கும் மட்டுமே விசுவாசமாக இருப்பவன். இதனாலேயே ஒரு நல்ல படைப்பாளி தன் சமகாலத்திய சமுதாயத்தில் ஒரு கலகக்காரனாகக் கருதப்படவும் நேர்ந்து விடுகிறது.

மேலும், சமகால மதிப்பீடுகள் குறித்த ஒரு படைப்பாளி யின் பார்வையும் அவனது நம்பிக்கைகளும் தவறானதாக இருந் தாலும்கூட, தனது நம்பிக்கைகளுக்கும் வாழ்க்கைக்கும் படைப்புக்கும் உண்மையானவனாகத் தன்னை வெளிப்படுத்திய அவனது படைப்பு நேர்மை என்றும் மரியாதைக்குரியதாகவே கருதப்படும். எதுவொன்றும் சரி, தவறு என்பதல்ல, அது தன்ன ளவில் உண்மை சார்ந்து, நம்பிக்கை சார்ந்து வெளிப்படுத்தப் படுகிறதா என்பதே ஒரு கலைஞனைப் பொறுத்தவரை முக்கிய மானதாகும். அதுவல்லாமல், லௌகீகக் காரணங்களுக்காக, சமகாலக் கருத்துருவாக்கச் சக்திகளின் அங்கீகாரத்துக்காகத் தன் சுயத்தை மறைத்து பாவனை செய்பவனின் எழுத்து என்ன தான் ஆற்றல் மிகுந்ததாயினும் கலையாக அங்கீகாரம் பெறாது.

எனவே, இத்தகைய படைப்பாளியின் அந்தரங்க வாழ்க் கையோ, அந்தரங்கமாக எழுதப்பட்ட கடிதங்களோ பகிரங் கமாக வாசகர்களின் பார்வைக்கு வைக்கப்படும்போதும், படைப்பின் மூலமாக வாசகர் மனத்தில் உருவாகியிருக்கும் அவர்களது இலக்கிய பிம்பத்தில் சிறிய கீறல்கூட விழுந்து விடுவதில்லை. மாறாக, அந்த பிம்பம் மேலும் துலக்கமே பெறும். புதுமைப்பித்தன் கடிதங்கள் அதைத்தான் நிரூபித்தன; இங்கு தொகுக்கப்பட்டிருக்கும் கு. அழகிரிசாமி - சுந்தர ராம சாமியின் கடிதங்களும் அதையேதான் நிரூபிக்கின்றன.

சமூக அங்கீகாரம் கருதியோ, வணிக நோக்கத்துடனோ எழுதப்படும் எழுத்துகள் ஜாக்கிரதை உணர்வுடன், தன் எழுத் தாள பிம்பம் சிதைந்துவிடக் கூடாது என்னும் கவனத்துடனான சுய பிரக்ஞையுடன் தணிக்கை செய்யப்பட்டவை. வாசகர்களின் நாடித்துடிப்பைக் கவனத்தில் கொண்டு எழுத்தாளர்களாக உலா வரும் அத்தகையோரின் அந்தரங்கமான கடிதங்களும், அவர்களின் எழுத்துகளைப் போலவே அரிதாரம் பூசிக்கொண் டவை. புதுமைப்பித்தன் பாஷையில் சொல்வதானால் அவை ‘காயடிக்கப்பட்ட’ எழுத்துகள்.

நவீன தமிழின் முக்கியமான படைப்பாளிகளான கு. அழகிரி சாமி, சுந்தர ராமசாமி இருவரின் நாற்பத்தேழு கடிதங்கள் இந்தச் சிறிய நூலில் தொகுக்கப்பட்டுள்ளன : கு. அழகிரிசாமி எழுதியவை பதினாறு; சுந்தர ராமசாமி எழுதியவை முப்பத் தொன்று. 1958 முதல் 1967 வரையிலான ஒன்பதாண்டுக் காலகட்டத்தில், அஞ்சலட்டை ஐந்து பைசாவாகவும், இன் லண்ட் கடிதம் பத்து பைசாவாகவும் இருந்த காலத்தில் எழுதப்பட்டவை இந்தக் கடிதங்கள்.

இங்கு தொகுக்கப் பெற்றுள்ள கடிதங்கள், புதுமைப்பித் தனின் கடிதங்களைப் போலவே, பின்னாளில் பிரசுரம் பெற்று வாசகர்களின் பார்வைக்கு வைக்கப்படும் என்னும் பிரக்ஞை ஏதுமின்றி எழுதப்பட்டவை. எழுத்தின் மூலம் பரிச்சயமான

இரண்டு எழுத்தாள நண்பர்கள் திறந்த மனத்துடனும் அன்னியோன்ய பாவத்துடனும் தங்கள் மனப்போராட்டங் களைப் பகிர்ந்துகொண்டவை. இவர்கள் படைப்புகளில் ஓரளவே பரிச்சயம் கொண்ட வாசகரால்கூட, இந்தக் கடிதங்களில் வெளிப்படும் அந்தரங்க சுத்தியையும் பாசாங்கற்ற தன் மையையும் எளிதாகவே உணர்ந்துகொள்ள முடியும்.

இனி, எழுத்தாள நண்பர்களான இவர்கள் தங்களுக்குள் அன்னியோன்யமாக எழுதிக்கொண்ட இந்தக் கடிதங்கள் வாசகர்களின் பார்வைக்காக நூலாக்கம் பெறுவதற்கான கார ணங்கள், தகுதிகள் என்ன என்று பார்க்கலாம்.

இலக்கியம் குறித்த அழகிரிசாமி, சுந்தர ராமசாமி இருவரின் பார்வைகள் இந்தக் கடிதங்கள் மூலம் வாசகர்கள் அறியக் கிடைக்கின்றனவா? இவர்கள் தங்கள் படைப்புகள் தவிர்த்து கட்டுரைகளில் வெளிப்படுத்தியிருப்பவற்றுக்கும் மேலதிகமான பார்வைகள் இந்தக் கடிதங்கள் மூலம் கிடைக்கின்றனவா? இந்தப் பார்வைகள், இவர்கள் தங்கள் கட்டுரைகளில் வெளிப் படுத்தியிருக்கும் கருத்துகளுடன் எச்சந்தர்ப்பத்திலேனும் முரண் படுகின்றனவா? அந்தரங்கமான இந்தப் பகிர்தல்களில் இவர் கள் தங்களுக்குள் ஏதேனும் சமரசம் செய்து கொண்டிருக் கிறார்களா? நட்பின் காரணமாகத் தங்கள் மன உணர்வுகளை மிகைப்படுத்தியிருக்கிறார்களா? இந்தக் கேள்விகள் முக்கிய மானவை.

இங்கு தரப்பட்டுள்ள கடிதங்களில் அழகிரிசாமியின் முதல் கடிதமே சுந்தர ராமசாமியின் ‘அகம்’ சிறுகதை பற்றிய விமர்சனத்தை முன்வைப்பதாகும். “அகம் மிக அற்புதமான சிறுகதை. தமிழில் தோன்றிய மிகச் சிறந்த கதைகளில் ஒன்று என்று யாரும் தாராளமாகச் சொல்லலாம்” (24.7.1958) என்று மனம் திறந்து பாராட்டுகிறார் அழகிரிசாமி. தன் நண்பருக்கு அவர் எழுதிய முகஸ்துதி வார்த்தைகள் அல்ல இவை. 15.5.61 இல் கி. ராஜநாராயணனுக்கு அழகிரிசாமி எழுதிய ஒரு கடிதத் திலும் சுந்தர ராமசாமியின் கதைகளை வியந்து கூறியுள்ளார். “மன்னன் நாலு வரி எழுதினாலும் போதும், அதில் உயிர் இருக்கும்; ஒரு சுகம் இருக்கும். அப்படி யாராலும் எழுதவே முடியாது . . . யார் என்ன சொன்னாலும் சரி, கதைகள் எழுது வதிலும், தமிழ் வசனம் எழுதுவதிலும் இன்று நம் சுந்தர ராம சாமிக்கு யாரையும் இணைசொல்ல முடியாது. எப்படித் தான் இவ்வாறு எழுத முடிகிறதோ, தெரியவில்லை” என்று எழுதி யிருக்கிறார்.

நண்பருக்கு எழுதிய கடிதத்தில் மட்டுமல்லாமல், தமிழ்ச் சிறுகதைகள் பற்றித் ‘தீபம்’ (1967) இதழில் எழுதிய ஒரு கட்டுரையிலும், “இதுவரையிலும் இவர் (சுந்தர ராமசாமி) எழுதியுள்ள கதைகளைக் கொண்டு இன்றைய சிறுகதை

எழுத்தாளர்களில் இவருக்கே முதலிடம் கொடுக்க வேண்டும் என்று எனக்குத் தோன்றுகிறது" என்று, புதுமைப்பித்தனுக்குப் பின் தமிழின் மிகச் சிறந்த சிறுகதைப் படைப்பாளியாகச் சுந்தர ராமசாமியையே குறிப்பிட்டுச் சொல்கிறார் அழகிரிசாமி.

அதேபோல், அழகிரிசாமியின் கதைகளையும் மனம் திறந்து பாராட்டி எழுதுகிறார் சுந்தர ராமசாமி. "தங்களுடைய கதையைப் படிக்கிறபொழுது, தென்னம் தோப்பிலிருந்து இளநீர் குடிப்பது போலிருக்கிறது. ஆனால் நமது அருமைத் தமிழ் நாட்டு வாசகர்கள் ஷாலிமார் கார்டனில் உட்கார்ந்து பிராண்டி யல்லவா குடிக்க ஆசைப்படுகிறார்கள்!" (18.3.59) என்கிறார்.

அழகிரிசாமியின் 'புதுவீடு புது உலகம்' நாவல் 'சுதேச மித்திர'னில் தொடராக வந்தபோது, முதல் இரண்டு அத்தியா யங்களைப் படித்துவிட்டு, அந்த நாவலின் பாத்திர சிருஷ் டியைப் பிரமாதமாகப் பாராட்டி எழுதுகிறார் சுந்தர ராமசாமி. "சரளா பேரில் எனக்கு ஏற்பட்டிருக்கும் அனுதாபம் கொஞ்ச மல்ல. எனக்குக் கல்யாணமாகியிருக்கவில்லை என்றால் நேராகச் சென்னைக்கு வந்து அவள் கழுத்தில் ஒரு தாலியைக் கட்டி இங்கே கூட்டிக்கொண்டு வந்திருப்பேன். எனக்கு ஒரு தம்பியிருந்தால் மீனாவையும் கூட்டிக்கொண்டு வந்துவிடுவேன் என்றுதான் தோன்றுகிறது. உண்மையாகவே இவ்வாறு தோன்றியதே பாத்திர சிருஷ்டியின் வெற்றி என்று சொல்வேன்" (20.1.1966) என்கிறார். (இது அந்த நாவலின் முதலிரண்டு அத்தியாயங்கள் பற்றிய அபிப்ராயம். முழு நாவலையும் படித்த பின் சுந்தர ராமசாமியின் மதிப்பீடு வேறுவிதமாக இருந்திருக் கும் என்பதில் சந்தேகமில்லை. அந்த நாவலில் பாத்திரப் படைப்பு நன்றாகத்தான் வந்திருக்கிறது. ஆனால், நாவல் என்ற அளவில் சாதாரணமானதுதான். அவரது மற்ற நாவல்களும் இதுபோல்தான் கலை வெற்றி கூடாதவையே.)

கடிதங்களில் மட்டுமல்லாமல், கட்டுரையொன்றிலும் பின் னாளில் அழகிரிசாமியின் சிறுகதைகளைச் சிறப்பித்துக் கூறி யிருக்கிறார் சுந்தர ராமசாமி. "மனித இயல்பைப் புதுமைப்பித் தனைப் போல் ஒரு சிடுக்காகக் காணாமல் அமைப்பின் மீது அதிகக் குறைகளைக் கண்டவர். ஆட்டிக் குலைக்கும் வாழ் விலும் மனித ஜீவன்கள் தக்க வைத்துக் கொண்டிருக்கும் மேன் மைகள் இவரைப் புல்லரிக்கச் செய்கின்றன. கு.ப.ராவைப்போல் எளிமையான சாயலும், மென்மையான குரலும், மிகுந்த சிறு கதைப் பிரக்ஞையும் கொண்டவர்." (கொல்லிப்பாவை - ஏப் 1986).

இந்த இரண்டு எழுத்தாள நண்பர்களுக்கிடையே - ஒருவர் எழுத்து மீது மற்றவர் மேலான அபிப்ராயம் கொண்ட நண்பர் களுக்கிடையே - கடிதங்களில் நடந்த இலக்கிய விசாரங்கள், நட்பு சார்ந்த பரஸ்பர பாராட்டுதல்களாகவோ, ஒருவருக்கொரு வர் முதுகு சொறிந்துகொள்ளும் இதமான காரியமாகவோ அல்

லாமல் ஆரோக்கியமான விமர்சனங்களாகவே வெளிப்பட்டுள் ளன. 'அகம்' சிறுகதையை அற்புதமான சிறுகதை என்று பாராட்டும் அழகிரிசாமி, அந்தக் கதையில் ஓரிரு இடங்கள் தெளிவற்றிருப்பதையும் அந்தக் கடிதத்தில் சுட்டிக்காட்டத் தவற வில்லை. அதற்குப் பதிலெழுதும் சுந்தர ராமசாமியும், அந்தக் கதையை வித்தியாசமாக எழுதத் தூண்டிய மனநிலையைக் குறிப்பிட்டுவிட்டு, அழகிரிசாமி சுட்டிக் காட்டிய குறைகளையும் ஏற்றுக் கொண்டு, நூலாக்கம் பெறும்போது அந்தக் குறையைச் சரிசெய்து விடுவதாகவும் எழுதுகிறார் ***(6.8.1958).*** இது, எந்த விதமான 'ஈகோ'வும் இல்லாமல் பழகிய இரண்டு எழுத்தாள நண்பர்களின் மனப்போக்கினைப் பிரதிபலிப்பதாகும்.

அழகிரிசாமியின் 'குமாரபுரம் ஸ்டேஷன்' கதையைப் பாராட்டி எழுதும் சுந்தர ராமசாமி, மலேயாவுக்குப் போகுமுன் எழுதிய அழகிரிசாமியை இந்தக் கதையிலேயே மீண்டும் பார்க்க முடிவதாகக் கூறுகிறார். "மலேயா சென்று வந்த பின்னர் தாங்கள் எழுதிய கதைகள் நல்ல கதைகளாக இருந் தாலுங்கூட 'ஆஹா அற்புதம்' என்று சொல்ல முடியாதபடி இருந்தது என்பது உண்மை. 'திரிவேணி' எழுதிய கதாசிரியர் மலேயாவில் எதையேனும் இழந்துவிட்டாரோ என்றுகூடச் சில சமயம் நினைத்தேன்" என்கிறார் சுந்தர ராமசாமி ***(25.6.1960).***

சுந்தர ராமசாமியின் சிறுகதைகளை உற்சாகமாகப் பாராட்டி எழுதும் அழகிரிசாமி, 'ஒரு புளிய மரத்தின் கதை' நாவலை எவ்விதத் தயக்கமுமின்றி விமர்சிக்கவும் தவறவில்லை. 'ஒரு புளியமரத்தின் கதை'யை அபார நாவல் என்று - ஏன் சாதாரண நாவல் என்றுகூட - சொல்லமாட்டேன். ஒரு மரத்தை வைத்து ஒரு குறிப்பிட்ட காலத்தில் வாழ்ந்த சின்ன மனிதர்களின் படப் பிடிப்பாகவும், அந்தக் காலகட்டத்தின் படப்பிடிப்பாகவுமே இருக்கிறது. 'சின்ன மனிதர்கள்' என்பது 'பெரிய மனிதர்கள்' என்பதற்கு எதிர்ப்பதமல்ல. 'கனமான மனிதர்கள்' - யோக்கியர் களானாலும் சரி, அயோக்கியர்களானாலும் சரி என்பதன் எதிர்ப்பதமே. நாவல் என்ற முறையில் பாராட்டிச் சொல்ல ஒன்று மில்லாவிட்டாலும் ஒவ்வொரு வரியையும் அக்ஷர லக்ஷமாக எழுதியிருக்கிறீர்களே, அதை உச்சி மேல் வைத்துப் போற்றிப் போற்றிக் கொண்டாட வேண்டும்" என்கிறார் ***(20.9.66).***

சுந்தர ராமசாமி தனக்கு நவீன தமிழிலக்கியத்தில் ஈடுபாடு ஏற்பட்ட சூழ்நிலை குறித்துத் தனது கட்டுரைகளில் பல சந்தர்ப்பங்களில் குறிப்பிட்டிருக்கிறார். கவிதையில் ஈடுபாடு ஏற் பட்டதற்கான காரணம் குறித்துச் சொன்னதாகத் தெரிய வில்லை. ஆனால் அழகிரிசாமிக்கு எழுதிய கடிதமொன்றில், அவரது 'இலக்கியச்சுவை', 'இலக்கிய விருந்து' தொகுதி களைத் திரும்பத் திரும்பப் படித்ததாகவும், அதன் பின்னரே தனக்குக் கவிதையில் ஈடுபாடு ஏற்பட்டதாகவும் எழுதுகிறார் ***(6.8.1958).***

மேலும், தான் இலக்கிய வாசகன் ஆனது, தொ.மு.சி. ரகு நாதனுடனான தொடர்பு குறித்தும் அந்தக் கடிதத்தில் குறிப்பிடுகிறார் சுந்தர ராமசாமி.

குழந்தைகள் குடும்பம் மீது இருவருக்குமுள்ள ஈடுபாட்டை இவர்களது படைப்புகள் மூலம் அறிந்துகொள்ள முடியும். அழ கிரிசாமியின் சிறந்த சிறுகதைகளில் பலவும் குழந்தைகளை மையமாக வைத்து எழுதப்பட்டவை. சுந்தர ராமசாமியின் முக் கியமான நாவலான, அவரது குழந்தைப் பருவத்தைப் பின்ன ணியாகக் கொண்ட, 'குழந்தைகள் பெண்கள் ஆண்கள்' நாவலில் குழந்தைகள், குடும்ப உறவுகள் மீதான அவரது ஈடு பாட்டை அறிந்துகொள்ள முடியும். இவர்களது படைப்புகளின் மூலம் வெளிப்படும் இந்த உணர்வு, இவர்களின் கடிதங்கள் மூலம் மேலும் துலக்கம் அடைகின்றது.

இவர்களது ஒவ்வொரு கடிதத்திலுமே - பெரும்பாலும் - குழந் தைகள், குடும்பம் பற்றிய விசாரிப்பு தவறாமல் இடம்பெற்றி ருக்கக் காணலாம். சுந்தர ராமசாமியின் மூத்த பெண் குழந்தை சௌந்தரம் விபத்தில் சிக்கி மருத்துவமனையில் சேர்க்கப் பட்டிருப்பதை கி. ராஜநாராயணன் கடிதம் மூலம் அறிந்து, அழகிரிசாமி எழுதியிருக்கும் கடிதங்களில், குழந்தைகளின் மீதான அவரது அபரிமிதமான பாசம் வெளிப்படுகிறது. இவர் கள் இருவருமே தத்தம் குழந்தைகளின் படிப்பு, இதர ஈடுபாடு களைச் சுவாரஸ்யத்துடனும் அன்யோன்யத்துடனும் பகிர்ந்து கொள்வதையும் இந்தக் கடிதங்கள் மூலம் அறிய முடியும். ஒரு கடிதத்தில், அழகிரிசாமியின் குழந்தைகள் ராமு, ராதிகாவுக்கு எழுதும்போது அவர்களுக்குப் புரியும்படியாகத் தெளிவான கையெழுத்தில், தானும் ஒரு குழந்தையாகவே மாறி, "தீபாவளி அன்று நான் உங்கள் வீட்டுக்கு வருகிறேன். ஒரு டப்பா நிறைய லாடுவும் கொண்டு வருவேன். நாம்பள் மூன்று பேரும் திங்க லாம் - சுந்தர மாமா" என்று குழந்தைகளின் பேச்சு மொழி யிலேயே எழுதுகிறார் சுந்தர ராமசாமி (19.7.61).

அழகிரிசாமியின் படைப்பு மொழி மென்மையும் நளினமும் கொண்டது. சுந்தர ராமசாமியின் மொழி கிண்டலும் கேலியும் நிறைந்தது. வேறுபட்ட இந்த எழுத்தாளுமையும் மனோ பாவமும் இவர்களது கடிதங்களிலும் வெளிப்படக் காணலாம்.

தனது தொடர் நாவலின் முதலிரண்டு அத்தியாயங்களைப் படித்து விட்டு பாராட்டி எழுதிய சுந்தர ராமசாமியின் கடிதத் துக்கு அழகிரிசாமி எழுதிய பதில் : "என்னுடைய தொடர் கதையைப் பாராட்டித் தாங்கள் எழுதியிருப்பது எனக்கு அள வில்லாத மகிழ்ச்சியை அளித்தது. இந்த உலகத்தில் இனி யார் பாராட்டாவிட்டாலும் எனக்குக் கவலை இல்லை" (24.1.66).

அழகிரிசாமியின் இன்னொரு கடிதப் பகுதி : "தங்கள் சகோ தரிக்கு மாப்பிள்ளை பார்க்கும் முயற்சியில், பத்துக் கதை

களுக்கு விஷயம் அகப்பட்டதைப் படிக்க ரஸமாக இருந்தது. 'ஆடு மேய்ச்சாப்பிலேயும் ஆச்சு; அண்ணனுக்குப் பெண் பாத்தாப்பிலேயும் ஆச்சு' என்பது போல உங்களுக்கு இந்தக் கதைப் புதையல்கள் அகப்பட்டிருக்கின்றன." *(2.12.59)*

சுந்தர ராமசாமி தன் மகள் தைலா பேசப் பழகுவது பற்றி எழுதியிருக்கும் பகுதி : "தைலாவுக்குப் பேச்சு நன்றாக வரவில்லை. அவ்வப்போது ஏதாவது பேசுவாள். யாருக்கும் ஒன்றும் புரியாது. 'மௌனி' நடை மாதிரி இருக்கும்!" *(19.7.1961)*

தன் மனைவியின் ஊரான கடம்போடு பற்றிய சுந்தர ராமசாமியின் வர்ணனைப் பகுதி : "கடம்போடுக்குப் போக வேண்டுமென்றால் நான்குனேரி - களக்காடு பாதையில் சுப்ரமண்யபுரத்தில் இறங்கி, தலையில் துண்டைச் சுற்றிக்கொண்டு ஒரு மைல் நடக்க வேண்டியது. வில் வண்டியிலும் போகலாம். ஆனால் 'நொடி'களில் வண்டியைத் தூக்கிவிட சித்தமாக இருக்க வேண்டும். மிகவும் அருமையான ஊர். இருபத்திரண்டு மைல் தூரத்தில் என்னை இரண்டாம் நூற்றாண்டுக்கு அழைத்துச் சென்றுவிடுகிறதே!" *(30.6.59)*

இருவரும் எத்தகைய வாழ்க்கைச் சூழலின் நெருக்கடியில் - தினசரிப் பத்திரிகையில் இரவு நெடுநேரம்வரை விழித்திருந்து செய்திகளை மொழிபெயர்க்கும் வேலை நெருக்கடியில் அழகிரிசாமி; பகல் முழுதும் ஜவுளிக்கடை நிர்வாகத்தில் களைப்படைந்து, எப்போதடா படுக்கையில் விழுவோம் என்று வீடு திரும்பும் சுந்தர ராமசாமி - தங்கள் எழுத்துப் பணியையும் விடாமல் தொடர்ந்தார்கள் என்பதையும் இவர்களின் கடிதங்கள் மூலம் அறிய முடிகிறது.

மேலும் அழகிரிசாமி தனது 'புதுவீடு புது உலகம்' நாவலைச் 'சுதேசமித்திர'னில் தொடர்கதையாக எழுதத் தொடங்கியதன் பின்னணி, ஹெப்ஸிபா ஜேசுதாசனின் 'புத்தம் வீடு' நாவல் பற்றிய அழகிரிசாமியின் மதிப்பீடு, சுந்தர ராமசாமி அந்த நாவலின் கையெழுத்துப் பிரதியைப் படித்துப் பாராட்டியதன் காரணமாக முத்தையா அதைப் புத்தகமாக வெளியிட்ட விவரம் போன்றவற்றையும் இந்தக் கடிதங்கள் மூலம் அறிய முடிகிறது.

சுந்தர ராமசாமியின் பள்ளிப் பருவக்காதல் *(!)* பற்றியும் அவரது ஒரு கடிதம் கூறுகிறது : "நான் 'கொடு' மலையாளத்தில் படித்துக் கொண்டிருந்த காலத்தில் பாரதி என்ற பெயருள்ள ஒரு பெண்ணைப் பார்த்து அந்தப் பெயருக்காகவே அவளைக் காதலித்தேன் அப்போது எனக்கு ஒன்பது அல்லது எட்டு வயசிருக்கும். Bharதி என்று அவருடைய அப்பா கூப்பிடுவது இப்போதும் காதில் விழுந்துகொண்டிருக்கிறது" *(26.9.1961)*.

இருவருமே தெற்கெத்திக்காரர்கள். பிழைப்புக்காகச் சென்னையில் தங்கியிருக்க வேண்டிய நிர்ப்பந்தம் அழகிரி

சாமிக்கு. சுந்தர ராமசாமியோ நாகர்கோவிலில் வசிப்பவர். அவ் வப்போது சென்னை செல்ல வேண்டிய நிர்ப்பந்தம். ஆனால் இருவருக்குமே சென்னை அவ்வளவாகப் பிடித்திருக்கவில்லை என்பதை இவர்களது சில கடிதங்களின் சில வரிகள் வெளிப் படுத்துகின்றன. "திருவனந்தபுரம் நண்பர்கள் மிகச் சிறந்தவர் களாக, மெட்ராஸ் வாடை தைக்காத உயர்குணம் படைத்தவர் களாக விளங்குகிறார்கள்" என்கிறார் அழகிரிசாமி *(10.6.67)*. 'சென்னையை முதல் தடவையாகப் பார்த்தபோது' சலிப்புத் தட்டிவிட்டதாகவும், "மேலுக்கு மேல் ஒவ்வொரு தடவையும் அங்கு வரும்போதும் அந்த எண்ணம் வலுப்பெறுகிறது. ஆனால் மீண்டும் சென்னைக்கு வர வேண்டுமென்ற ஆசையும் இருக்கிறது" என்றும் சுந்தர ராமசாமி எழுதுகிறார் *(13.6.1966)*.

அழகிரிசாமி, சுந்தர ராமசாமி இருவரது படைப்புகளில் ஈடுபாடு கொண்ட வாசகர்கள் இவர்கள் தங்கள் கதை கட்டுரை களில் வெளிப்படுத்தாத இலக்கியம் குறித்த சில பார்வைகளை, வாழ்க்கை குறித்த பார்வைகளை, இவர்களின் சில நம்பிக்கை களை, சில விசித்திரமான மனோபாவங்களை அறிந்துகொள் ளவும், அதன் மூலம் இவர்களது படைப்பாளுமை பற்றிய மேலதிகப் புரிதல்களுக்கும் இந்தக் கடிதங்கள் வகை செய்யும் என்ற நம்பிக்கையிலேயே தொகுத்துத் தரப்படுகின்றன.

இந்தக் கடிதங்களைத் தொகுப்பதில் எனக்கு எந்தச் சிரம மும் ஏற்படவில்லை. கடிதங்களின் ஒளியச்சு நகல்களை எனக்கு அனுப்பித் தந்து, இவை நூலாக வெளியிடத் தகுந்தவைதானா என்று கேட்டிருந்தார் 'காலச்சுவடு' கண்ணன். அவற்றைப் படித்துப் பார்த்தபோது, அவசியம் பிரசுரிக்கத்தகுந்தவை என்று தோன்றியதும், காலவரிசைப்படி தொகுத்தது மட்டுமே எனது வேலை. நான் மிகவும் மதிக்கின்ற, தமிழின் முக்கியமான இரண்டு படைப்பாளிகளின் கடிதங்களைத் தொகுத்து, அதற்கு முன்னுரையும் எழுத வாய்ப்பளித்த நண்பர் கண்ணனுக்கு என் நன்றி.

சென்னை
29.7.2002

ராஜமார்த்தாண்டன்

கு. அழகிரிசாமி

44/1 Sullivan Garden Road,
சென்னை 4
தேதி 24.7.58

அன்புள்ள நண்பர் சுந்தர ராமசாமி அவர்களுக்கு,

நமஸ்காரம்.

என் முந்திய கடிதம் தங்களுக்குக் கிடைத்திருக்கலாம். நண்பர் க.நா.சுவைப் பல தடவைகள் சந்தித்தேன். ஆனால், குற்றாலம் பிரயாணம் பற்றி அவரிடம் சொல்லுவதற்கு மட்டும் ஒவ்வொரு தடவையிலும் மறந்துவிட்டேன்! மறுபடியும் நாளை சந்திப்பேன். கட்டாயம் சொல்லுகிறேன்.

இங்கே நான் குடும்பத்தோடு சௌக்கியம். அங்கேயும் சௌக்கியம்தானே?

இந்தக் கடிதத்தைத் 'திடுதிப்' என்று தங்களுக்கு எழுதுவதற்கு ஒரு முக்கியமான காரணம் உண்டு. அதைத்தான் இந்தக் கடிதத்தின், இனிமேல்–வரும்–பகுதி விவரிக்கிறது.

நாலைந்து தினங்களுக்கு முன் தங்களுடைய "அகம்" என்ற சிறுகதையை "சரஸ்வதி"யில் படித்தேன். அது ஏப்ரல் மாத இதழ். பழைய பத்திரிகைகள் வாங்குபவனிடம் போட்டு விடாமல் பத்திரமாகச் சில "சரஸ்வதி" இதழ்களை வைத்திருந்தேன். அவற்றை ஒவ்வொன்றாகப் படிக்க ஆரம்பித்தேன். தங்களுடைய "அகம்" கதையை ஏப்ரல் மாதத்திலேயே ஏன் படிக்காமல் போனோம் என்று வருந்தினேன். படித்திருந்தால், நான் நாகர்கோவிலுக்கு வந்திருந்த சமயத்தில் அதைப் பற்றி நாம் discuss பண்ணியிருக்க முடியும். தங்களை நேரிலேயே பாராட்டி மகிழ்ந்திருக்க முடியும். உண்மையில் தாங்கள் சக்கைப் போடு போட்டிருக்கிறீர்கள். ஒரு சாதாரண விஷயம் தங்கள் எழுத்துத் திறமையில் அற்புதமான கதையாக உருவெடுத்துவிட்டது. இதற்கு முன் மற்றொரு கதையை "சரஸ்வதி"யில் படித்தேன். அதன் பெயர் "குழந்தை"* என்று ஞாபகம். அது மோசமாக இல்லை என்றாலும், குறிப்பிடத்

---

* கதையின் தலைப்பு : "கைக் குழந்தை" — சு. ரா.

தக்க கதையாக எனக்குப் படவில்லை. நடை, உருவம் முதலியன குற்றமில்லாமல் அமைந்திருந்தது ஒன்றுதான் அந்தக் கதைக்கும் பெருமை என்று சொல்லுவேன். ஆனால், இந்த "அகம்" மிக அற்புதமான சிறுகதை. (தமிழில் தோன்றிய மிகச் சிறந்த கதைகளில் ஒன்று என்று யாரும் தாராளமாகச் சொல்லலாம். தமிழ்க் கதையுலகில் இது ஒரு புதிய பாணி; புதிய குரல்.) இப்படிப்பட்ட புதுமைகளைக் காண்பது நம் நாட்டில் எவ்வளவு கஷ்டமான விஷயம் என்பதை நான் சொல்லவேண்டியதில்லை.

குறை சொல்லித்தான் ஆக வேண்டும் என்று திடமாக முடிவு செய்துகொண்டு படித்தால், இந்தக் கதையில் ஒரே ஒரு குறைதான் சொல்ல முடியும். அதாவது, கதையில் புதுச் செய்திகள் விவரிக்கப்படும்போதும், சம்பாஷணைகள் இடம் பெறும் போதும், இது எந்த இடம், இவ்வாறு பேசுவது யார் என்ற திகைப்பு சிறிது ஏற்படுகிறது. இதைத் தவிர்த் திருக்கலாம்; ஆங்காங்கே அதிகத் தெளிவு பிறக்கும்படி செய்திருக்கலாம். ஆனாலும், தாங்கள் எழுதியிருப்பவற்றைச் சற்றுக் கவனமாக இரண்டாவது தடவை படித்தால், எவ் விதமான குழப்பத்துக்கும் இடமில்லை. தமிழ்நாட்டு வாசகர் களுக்கு இப்படியெல்லாம் படிக்கும் பழக்கம் கிடையாதா கையால், மேற்கண்ட ஒரு சிறு 'குறை'யைக் குறிப்பிட்டேன். மற்றப்படி இந்தக் கதையில் எவ்விதக் குறைபாடும் எனக்குத் தென்படவில்லை.

தாங்கள் தமிழ் பாஷையையே சமீபத்தில்தான் படித்த தாகச் சொன்னீர்கள். ஆகவே, கதை எழுதுவது தங்க ளுடைய சமீப காலப் பழக்கம் என்றே கொள்ள வேண்டி யிருக்கிறது. (இவ்வளவு குறுகிய காலத்துக்குள் இவ்வாறு பழுத்த, பண்பட்ட, முறையில் எழுதுவது, தங்களைத் தவிர தமிழ்நாட்டில் மற்ற யாருக்கும் சாத்தியமாக இருந்திருக்குமா என்பது சந்தேகமே. எடுத்த எடுப்பிலேயே ஜீவஸ்வரங்களைச் சுத்தமாகத் தொடும் ஆற்றல் எப்படியோ தங்கள் கைக்குக் கிடைத்து விட்டது.) இந்தப் பிடியையும், 'எத'வையும் விட்டு விடாதீர்கள். தங்களிடமிருந்து எத்தனையோ புதுமைகளை – சிறுகதைப் புதுமைகளை – நான் எதிர்பார்க்கிறேன். என்னால் எதிர்பார்க்கவும் முடியும். தொடர்ந்து எழுதுங்கள். உங்கள் சீமையின் தனி விசேஷங்களை எல்லாம் அறிமுகப்படுத்துங் கள். அங்கு வாழ்கின்றவர்களின் வாழ்க்கை, வாழ்க்கையின் தனித்தன்மைகள், நடைமுறைகள், அவற்றில் பிரதிபலிக்கும் மனஉணர்ச்சிகள் முதலியவற்றை அந்தப் பிராந்தியத்தின் மண்வாசனையோடு எங்களுக்கு எழுதிக் காட்டுங்கள். தங்களுக்கு அது சுலப சாத்தியம் என்பதை நான் அடித்துச் சொல்லுவேன்.

பத்திரிகையில் ஒரு சிறுகதையைப் படித்துவிட்டு, அதற் கென்றே தனியாக ஒரு கடிதம் எழுதுவதென்பது, என் வாழ்க்கையில் இதுதான் முதல் தடவை. இதையும் தெரி வித்துக்கொண்டு, நண்பர் க.நா.சுவும், கும்பகோணத்திலிருந்து சில தினங்களுக்கு முன் இங்கு வந்திருந்த என் இலக்கிய நண்பர் ஸ்ரீ கு. ராஜாராமும்* தங்கள் கதைகளை மிகவும் பாராட்டுகிறார்கள் என்பதையும், தங்களிடம் இதுபோன்ற கதைகளை மேலும் மேலும் எதிர்பார்க்கிறார்கள் என்பதையும் தெரிவித்துக்கொள்ளுகிறேன். நண்பர் ராஜாராம் 12 வருஷ காலமாக என் நண்பர். நிறைய விஞ்ஞானக் கட்டுரைகள் எழுதியிருக்கிறார். பண்புப் புத்தக வரிசையில் அவருடைய சில புத்தகங்கள் வெளிவந்திருக்கின்றன. சிறந்த இலக்கிய ரசிகர். மதுரை ஜில்லாவாசி. இப்போது கும்பகோணத்தில் சப் மாஜிஸ்ட்ரேட்டாக இருக்கிறார். அவர் இங்கு வந்திருந்த போது, அவராகவே தங்கள் எழுத்துக்களைப் பிரஸ்தாபித்துப் பாராட்டினார்.

தாங்கள் மேலும் மேலும் எழுதுங்கள் என்பதைத் திரும்ப வும் தெரிவித்துக் கொள்ளுகிறேன்.

தங்கள் குழந்தையும் (பெயர் தெரியவில்லை), சாருகேசியும் சௌக்கியம்தானே? எப்படிப்பட்ட பெயர்! எப்பேர்ப்பட்ட ராகம்?

தங்கள்
கு. அழகிரிசாமி.

குறிப்பு :— தங்கள் "அக"த்தைப் படித்தபின், "புறம்" என்ற ஒரு கதை எழுதலாம் என்று தோன்றுகிறது. நீங்கள் எழுதுங் களேன்.

கு. அ.

---

* கவிஞர் தேவதச்சனின் மாமனார் — சு. ரா.

சுந்தர ராமசாமி

நாகர்கோவில்
6-8-1958
இரவு மணி எட்டு

அருமை நண்பர் அழகிரிசாமி அவர்களுக்கு,

நமஸ்காரம்.

தங்கள் இரு கடிதங்களும் கிடைக்கப் பெற்றேன். மிக்க மகிழ்ச்சி. பதில் எழுதுவதற்கு மிகவும் பிந்திவிட்டது. வேலை நெருக்கடி எதுவும் குறுக்கிட்டுவிடவில்லை. 'இன்று எழுது வோம், நாளை எழுதுவோம்' என்று நாட்கடத்திவிட்டேன்.

எனது 'அகம்' கதையைப் பற்றிய தங்கள் பாராட்டுதலை எழுதி அனுப்பியிருக்கிறீர்கள். முதன்முதலில் இதற்கு எனது மனமார்ந்த நன்றியைத் தெரிவித்துக்கொள்கிறேன். தங்கள் கடிதம் எனக்கு எந்த அளவுக்கு உற்சாகத்தையும் தன்னம்பிக் கையையும் தந்தது என்பதை எழுத ஆரம்பித்தால் சிறுபிள் ளைத்தனமாய்ப் போய்விடும். எனது கதையைப் படித்து தாங்கள் சிரித்ததை எண்ணி நான் வியக்கவில்லை; உடனடி அதைக் கடிதம் மூலம் எழுத முனைந்தீர்களே, அதை நான் பாராட்டாமல் இருக்க முடியாது. 'பின்னால் எழுதிக்கொள் வோம்' என்று தள்ளிப் போட்டுவிட்டால் நாள்பட அந்த எண்ணமே சுழன்று போய்விடும். அதை உடனே காரியாம் சத்தில் நிறைவேற்றியதால், எனக்கு ஏற்பட்ட இன்பமும் உவகையும் அலாதியானதுதான். லக்ஷம் பொன் செலவழித் தாலும் அங்காடியில் வாங்க முடியாத ஒன்றுதான். பல்வேறு பலஹீனங்களால் காரிய சித்தி பெறாத எனது லட்சியங் களைப் பிறர் செய்து காட்டுகிறபொழுது அதைப் பாராட்டா மல் இருக்க முடியாது.

'அகம்' கதையைப்பற்றி இரண்டு தரமான அபிப்பிராயங் கள் எனக்குக் கிடைத்திருக்கின்றன. நண்பர் க.நா.சு. அவர்கள் நேரில் பாராட்டினார்கள். இப்பொழுது தாங்கள் கடிதம் மூலம் பாராட்டியிருக்கிறீர்கள்.

பத்திரிகையில் ஒரு கதையைப் படித்துவிட்டுக் கடிதம் எழுதிப் பாராட்டுவது இதுதான் முதல் தடவை என்று எழுதி யிருக்கிறீர்கள். நானும் இப்பொழுதுதான் முதன்முதலில் ஒரு எழுத்தாளரின் பாராட்டுதலை எழுத்து மூலம் பெறுகிறேன்.

தங்கள் கடிதத்தில் எனது கதையைப் பாராட்டி எழுதியிருப்பதோடு, தங்களின் மனதில் பட்ட ஓரிரு குறைபாடுகளும் எடுத்துக் காட்டியிருக்கிறீர்கள். மிகுந்த சந்தோஷத்தோடு அதை வரவேற்கிறேன். அது சம்பந்தமாகச் சிறிது விளக்க வேண்டியுள்ளது.

மேல்நாடுகளில் சிறுகதை உத்திகளிலும், பாவங்களிலும் எண்ணற்ற ism–ங்கள் தோன்றி திருவிளையாடல்கள் புரிந்து வருவது தங்களுக்குத் தெரிந்த விஷயம். மேற்படி அம்சங்களை அப்படியே காப்பி அடிக்கும் முறையில் நம் நாட்டுச் சிறுகதை எழுத்தாளர்கள் கதை எழுதக் கூடாது என்பதுதான் எனது அபிப்பிராயம். மேற்படி உத்திகளில் எனக்குத் தயக்கமும் கிடையாது. எனினும் இன்றைய சிறுகதைகள் ஏதோ அச்சு வார்ப்பில் விழுந்து, ஒரே சுவரத்தைத் திரும்பத் திரும்ப எழுப்பிக் கொண்டிருப்பதாக எனக்குப்படுகிறது. எனவே ஏதாவது முறையில் முன்னும் பின்னும் தெரியாத இடத்தில் ஏறி விழுந்தாவது, எதாவது சூட்சுமம் நம் கைக்குச் சிக்கிவிட்டால் தொடர்ந்து தொழில்பட ஏதுவாக இருக்குமென்றுதான் 'அகம்' கதையை முற்றிலும் புதிய பாணியில் எழுத முற்பட்டேன். கதை ஓரளவு வெற்றிகரமாக அமைந்துவிட்டாலும் அதில் மேல்நாட்டு ism–ங்கள் நெடி வீசிவிட்டது. கதை அமைப்பில்கூட நமது மண்ணுக்குச் சம்பந்தமில்லாத ஏதோ ஒன்று – குங்குமத்துக்குப் பதில் உதட்டுச் சாயம் மாதிரி – ஏறிக்கொண்டது. அதோடு சரஸ்வதி பத்திரிகையில் கதை இடம்பெற்றதும், நான் போட்டிருந்த பல சின்னங்களும் ஒன்றுக்கு ஒன்று மாறி விழுந்து குழப்பத்தை சிருஷ்டித்துவிட்டன. சில இடங்களில் சம்பாஷணைகளில் தெளிவின்மை இருப்பதாக எழுதியிருக்கிறீர்கள். மீண்டும் கதையைப் படித்துப் பார்த்தேன். தாங்கள் எழுதியிருப்பது உண்மைதான். என்றாவது எனது கதைகள் புத்தக உருவம் பெறுமானால், அன்று இதைக் கவனத்தில் வைத்துக் கொண்டு அவசியமான திருத்தங்கள் செய்து மேற்படி குறைகளை அகற்றிவிடலாமென்று கருதுகிறேன்.

நான் தமிழ் இலக்கிய வாசகன் என்ற அந்தஸ்தைப் பெற்றதே 1949–ஆம் ஆண்டுதான். 1947 வருஷம் எங்கள் ஊரில் கவிமணியின் பிறந்த நாள் கொண்டாடியபொழுது தொ. மு. பாஸ்கரத் தொண்டைமானும் அ. சீனிவார ராகவனும் வந்து இலக்கியப் பிரசங்கங்கள் செய்தார்கள். அப்பொழுது தான் முதன்முதலாக இலக்கியத் தமிழைக் காதால் கேட்டேன். அன்று நான் பெற்ற உணர்ச்சியை எனது வாழ்நாளில் என்றும் மறக்க முடியாது. தொண்டைமான் ஏதோ ஒரு கவிதையை ஓசையுடன் ஆவர்த்தனம் செய்தபொழுது

மயிர்க் கூச்செறிந்தது. கண்களில் ஏனோ நீர் துளிர்த்தது. ஆனால் ஒரு வார்த்தைக்கூட புரியவில்லை! கவிதை மட்டுமல்ல, பேச்சுக்கூடத்தான்.

எனது பத்தாவது வயதிலிருந்து இருபதாவது வயதுவரை அடிக்கடி நோய்வாய்ப்பட்டுப் படுக்கையில் எண்ணற்ற மாதங்கள் கழிக்க வேண்டிவந்தது. பதினெட்டு, பத்தொன்பது வயது வரை எனக்குப் படிக்கும் பழக்கமோ, இதர இலக்கிய உணர்ச்சிகளோ இருந்தது கிடையாது. நோய், கிடையில் ஆழ்த்திவிட்டதால் பொழுதுபோக வேறு போக்கில்லாமல் புத்தகங்களை நாடினேன். கண்ட கண்ட குப்பைகளையெல் லாம் படித்தேன். அன்று தமிழ்நாட்டில் பிரபல எழுத்தாளர் கள் யார் யார் என்பது தங்களுக்குத் தெரியும். அவர்களுடைய எழுத்தில் அன்றே எனக்கு ஈடுபாடு ஏற்படவில்லை. முதன் முதலில் என்னைக் கவர்ந்தவர் புதுமைப்பித்தன்தான். எங்கள் வீட்டு மொட்டை மாடியில் ஒரு நாள் அந்தி வேளையில் அரைகுறையாகத் திக்கித் திக்கி அவர் கதைகளைப் படித்தது இன்றும் எனக்குப் பசுமையாக நினைவில் இருக்கிறது. ஓரளவு பு.பித்தனின் வக்கிரமான போக்குத்தான் அன்று என்னை கவர்ந்தது என்று சொல்ல வேண்டும். (அவருடைய இலக்கிய சிருஷ்டியைப்பற்றி இன்று எனது கருத்து எவ்வ ளவோ மாறிவிட்டது.)

பின்னால் பு.பி.க்கு நிதி திரட்ட வேண்டும் என்று சென் னையில் எழுத்தாளர்கள் தீர்மானித்தபொழுது நானும் மான சீகமாக அந்தப் பணியில் இணைந்துகொண்டேன். அச்சுக் கூடம் என்றால் என்னவென்றே தெரியாது. மலர் போடப் புறப்பட்டு விட்டேன்! அப்பொழுதெல்லாம் நான் 'சக்தி' விடா மல் படித்து வந்தேன். அந்தக் காலத்தில்தான் முதன்முதலாக ரகுநாதன், தங்கள் போன்றவர்களின் எழுத்துக்களின் பரிச்ச யம் ஏற்பட்டது. 'மடலேறுதல்' பற்றி எழுதியிருந்த கட்டுரை மூலம்தான் தங்களைத் தெரிந்து கொண்டதாக ஞாபகம்.

1952-ல் இங்கு நடைபெற்ற ஏதோ ஒரு சங்க ஆண்டு விழாவில் ரகுநாதன் பேச வந்திருந்தார். அப்பொழுதுதான் அவருடன் பரிச்சயம் பெற்றேன். பின்னால் பல சமயம் ரகுநாதனைப் பார்ப்பதற்கென்றே நெல்லை சென்றிருக்கிறேன். விடிய விடிய தூங்காமல் பேசியிருக்கிறோம். தமிழ் இலக்கியம் என்பது ஏதோ ஒரு ஊருணி! வேஷ்டியைத் தூக்கிக்கொண்டு தாண்டி விடலாமென்று எண்ணிக்கொண்டிருந்த போது அது மாபெரும் சமுத்திரம் என்பதைத் தெரிந்துகொண்டேன்.

'சாந்தி' பத்திரிகை ஆரம்பித்ததும் அதில் எழுதுவதற்கான சந்தர்ப்பம் கிடைத்தது. அன்று இருந்த மனநிலையையும் லட்சிய எண்ணங்களையும், 'புரட்சி' கொந்தளிப்பையும்,

ஆஊ அரசியல் கருத்துக்களையும் இன்று நினைத்தாலும் சிரிப்பாக இருக்கிறது. எனது ஆரம்பக் கதைகளே சாட்சியம்!

1955-ல் ரகுநாதனுடன் கம்பர் திருவிழாவுக்குச் சென்றிருந் தேன். இரண்டு நாட்கள் எனக்குத் தன் நினைவே இல்லை. இன்ப வாருதியில் திளைத்தேன். அப்பொழுதுதான் முதன் முதலாகப் பழம் பாடல்களைப் படித்து அனுபவிக்க வேண் டும் என்ற எண்ணம் பிறந்தது. கம்பனின் காவிய சிருஷ் டியைச் சுவைக்க ஆரம்பித்தேன். ஆரம்பத்தில் சிறிது சிரம மாகத்தான் இருந்தது. பின்னால் எல்லாம் சுலபமாகப் போய்விட்டது. உழைப்பில் வாராத உறுதிகள் என்னதான் இருக்கிறது?

ஒரு சமயம் தாங்கள் எழுதியுள்ள 'இலக்கியச்சுவை'யை ரகுநாதன் அன்பளிப்பாகக் கொடுத்தார். அதைத் திரும்பத் திரும்ப எண்ணற்ற தடவைகள் படித்தேன். வீட்டில் சதா அந்தப் பாடல்தான் கேட்டுக்கொண்டிருக்கும். வீட்டில் அத்தனை பேருக்கும் அது தலைகீழ்ப்பாடம். தொடர்ந்த மற்ற இரண்டு கவிதை கோவைகளையும் வாங்கிவிட்டேன். ('இலக்கிய விருந்து' வெளியாகிவிட்டதை பத்திரிகை மதிப்புரை யில் பார்த்தேன். இன்னும் எங்கள் ஊருக்கு வந்து சேர வில்லை.) எனக்கு, கவிதையில் ஈடுபாடு ஏற்பட மேற்படி நூல்கள் உறுதுணையாய் இருந்தன என்பதற்குத்தான் இதை இங்கு குறிப்பிடுகிறேன். (தீண்டும் இன்பம், பிரிவது எப்படி, உலகம் இரண்டாகிவிட்டது போன்ற தலைப்புகளில் தாங்கள் தந்துள்ள விளக்கம் எனக்கு எத்தனை முறை படித்தாலும் திருப்தி வராது. 'இலக்கிய அமுதம்' அத்தனை தரமாக அமையவில்லை என்ற குறையும் எனக்குண்டு.)

கடந்த நாலைந்தாண்டுகளாகப் பல்வேறு இலக்கியக் கொள்கைகளாலும், அரசியல் கருத்துக்களாலும் இலக்கிய சிருஷ்டியில் கவனம் செலுத்தாது சோம்பிப் பொழுதைப் போக்கிவிட்டேன். சமீபத்தில் இங்கு நடைபெற்ற எ. மகாநாடு என் வாழ்வில் திருப்புமுனை என்றுதான் சொல்ல வேண்டும். இதற்கு முன் எனக்கு எந்த சந்தர்ப்பத்திலும் தோன்றாத அளவுக்கு சிருஷ்டி வேகம் தோன்றியுள்ளது. கடந்த இரண்டு மாதங்களில் நாலு சிறுகதைகள் எழுதிவிட்டேன். எனக்கே ஆச்சரியமாக இருக்கிறது இது.

எங்கள் ஜில்லா மண் வாசனை வீசக் கதைகள் எழுதும்படி எழுதியிருக்கிறீர்கள். ஏற்கனவே கிட்டத்தட்ட அந்த மாதிரி கதையொன்று எழுதி 'சரஸ்வதி'க்கு அனுப்பி வைத்திருக் கிறேன். இன்று, நாளை வெளியாகும் சரஸ்வதியில் அது பிரசுரமாகுமென்று கருதுகிறேன். தாங்கள் ஓய்வு கிட்டுகிற பொழுது மேற்படி கதையைப் படித்து விமர்சனம் தெரிவித்தீர்

கள் என்றால் எனக்கு மிகுந்த உதவியாக இருக்கும். இனிமேல் தொடர்ந்து எழுதத்தான் திட்டம் போட்டிருக்கிறேன். தமிழ் அன்னையின் திருக்கோவிலில் பொன் விளக்கு ஏற்றாவிட்டாலும் மண் விளக்காவது ஏற்ற வேண்டுமென்றுதான் எனது ஆசை. இதைத் தவிர வேறு ஆசைகள் எதுவும் இல்லவும் இல்லை.

மிகவும் நீளமாக எழுதிவிட்டேன். எனக்கு ஏனோ இப்படி யெல்லாம் தங்களுக்கு எழுத வேண்டுமென்று தோன்றி விட்டது.

க.நா.சுவைச் சந்திப்பதுண்டா? குற்றாலம் புரோகிராம் விஷயமாக ரகுவுக்கு எழுதியிருக்கிறேன். இன்னும் பதில் வரவில்லை.

தாங்கள் நாவல் எழுத ஆரம்பித்துவிட்டீர்களா? உடனடி வேலையை ஆரம்பியுங்கள்.

இங்கு சாருகேசி சுகம்.

எனது மனைவியும் குழந்தையும் (அவள் பெயர் சௌந்தர லக்ஷ்மி) கடம்போடு வாழ்வு (அதுதான் என் மனைவியின் ஊர்; களக்காடு, நான்குனேரி பக்கமுள்ள மிக அழகான ஒரு சிறு கிராமம்) சென்றிருக்கிறார்கள். எனது உடல் நலம் மிகவும் தெம்பாகத்தான் இருக்கிறது. நாகர்கோவில் இப்பொழுது குற்றாலமாகத்தான் இருக்கிறது. அருவி மட்டும்தான் இல்லை.

கை சோர்ந்துவிட்டது. மனதிலிருப்பதை எல்லாம் எழுத ஆரம்பித்தால் கரம் தாங்காது, காகிதமும் தாங்காது.

பிற தங்கள் பதில் பார்த்து எழுதுகிறேன். வீட்டில் குழந்தை கள் எல்லோரும் சுகம்தானே?

அன்புள்ள,
சுந்தர ராமசாமி.

குறிப்பு: சுதேசமித்திரன் வார இதழில் வெளிவரும் தி. ஜானகி ராமனின் 'மலர் மஞ்சம்' படிக்கிறீர்களா? மிகவும் நன்றாக இருக்கிறது. இதுகாறும் படிக்கவில்லை என்றால் பழைய இதழ்களைத் தேடிப்பிடித்துப் படியுங்கள். அவ்வளவுதான் சொல்வேன். 'புறம்' கதை தாங்களே எழுத வேண்டும்.

சுந்தர ராமசாமி

நாகர்கோவில்
17.10.58

அன்புள்ள நண்பர் அழகிரிசாமி அவர்களுக்கு,

நமஸ்காரம்.

நான் சுமார் ஒரு மாத காலத்திற்கு முன்னர் எழுதிய கடிதத்திற்கு இன்னும் பதில் இல்லை. தாங்கள் சென்னையில் தான் இருக்கிறீர்களா; அல்லது சொந்த ஊருக்கு வந்துவிட்டீர்களோ என்றெல்லாம் எண்ணுகிறேன்.

நான் இதற்கு முன்னர் எழுதிய கடிதத்தை அசாக்கிரதையில் போதிய தபால் தலை ஒட்டாமல் அனுப்பிவிட்டேன். பின்னர் தான் விஷயம் தெரியவந்தது. Fine கொடுத்து கடிதத்தை வாங்கியிருப்பீர்கள். நாலு நயா பைசா விவகாரத்திற்குச் சொல்லவில்லை. துட்டு விஷயம் குறுக்கிடாமல், இலவசமாகக் கைக்கு வருவது, நண்பர்கள் கடிதம். அதில் தனி இன்பம். காசைக் கொடுத்துக் கடிதத்தை வாங்குகிற பொழுது, மன சந்துஷ்டி போய்விடும். மன்னியுங்கள்.

'இலக்கிய விருந்து'ம் பார்த்துவிட்டேன் இனிமேல் இந்த வரிசை இல்லையென்று முன்னரே எழுதிவிட்டார்கள். நான்கு நூலையும் ஒன்றாக பைண்டு செய்து வைக்க வேண்டியதுதான்.

கம்ப ராமாயண வேலை நடந்துகொண்டிருக்கிறதா?

செப்டம்பர் ஆரம்பத்தில் நாவல் எழுதப்போவதாக முன்னர் எழுதியிருந்தீர்கள், அப்படியானால் எழுதி முடித்திருப்பீர்களே? சிறுகதைகள் எழுதினீர் களா?

இந்த இதழ் சரஸ்வதியில் க.நா.சுவின் 'சென்னைக்கு வந்தேன்' கட்டுரை, 'களை' கட்டி விட்டது, மிகவும் ரசித்துப் படித்தேன்.

அங்கு தாங்களும், குழந்தைகளும் சுகமென்று எண்ணுகிறேன்.

இங்கு சாருகேசியும் என் குழந்தை சௌந்தரமும் நலமாக இருக்கிறார்கள்.

இந்தக் கடிதத்திற்கு ஒரு வாரத்திற்குள் பதில் கிடைக்கு மென்று எதிர்பார்த்திருப்பேன்.

அன்புள்ள,
சுந்தர ராமசாமி.

சுந்தர ராமசாமி

30.1.59

அருமை நண்பர் அழகிரிசாமி அவர்கட்கு,

நமஸ்காரம்.

தங்கள் கடிதம் கிடைத்தது. தினம் தினம் தங்கள் கடிதம் எதிர்பார்த்து ஏமாந்து கொண்டிருந்தேன். கோபம்கூட வந்தது. காரணம் தெரிந்துகொண்டேன். இரண்டரை மாதங்களாக இரவு இரண்டரை மணிக்குத்தான் தூக்கம் என்றெழுதியிருக்கிறீர்கள். நினைத்துப் பார்க்க முடியவில்லை. நான் 'இரவு பதினோரு மணிவரை விழித்துவிட்டேனே' என்றுகூட ஒரு மணி நேரம் தூங்கி ரெஸ்ட் எடுத்துக்கொள்கிறேன். கம்பனுக்கும் காந்திக்குமாக கண் விழித்திருக்கிறீர்கள். நல்லதுதான். பலர் வேறெதற்கெல்லாமோ கண் விழிக்கிறார்கள். உடலைப் பத்திரமாகப் பார்த்துக்கொள்ளுங்கள். வேலை நெருக்கடி தீர்ந்துவிட்டதா? நாவல் சிறுகதை பக்கம் மீண்டும் வந்து பார்க்கலாமே! நண்பர் செல்லப்பாவின் 'எழுத்து' பார்க்கவில்லை. பார்க்க ஒரே துடிப்புத்தான். பிப்ருவரி முதல் வாரம் சந்தா கட்டிப் பிரதிகளுக்கு எழுதவேண்டுமென்றிருக்கிறேன். எனக்கு உடல் நிலை திராணியாக இருக்கிறது. எடை எட்டு பவுண்டு அதிகம். இங்கு குழந்தைகள் சௌக்கியம். சாருவின் தாயார் டில்லியிலிருந்து வந்துவிட்டாள். குழந்தை ஒன்றரை ஆண்டுகளுக்குப் பின்னர் தாயாரைப் பார்த்தது. ஒரே குஷிதான். பிற பின்னர்.

அன்புள்ள,
சுந்தர ராமசாமி.

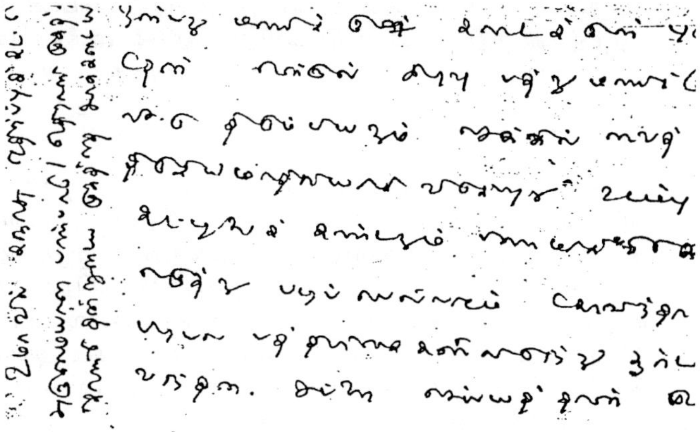

சுந்தர ராமசாமி

நாகர்கோவில்
18.3.59

அருமை நண்பர் கு.அ. அவர்களுக்கு,

நமஸ்காரம்.

நீண்ட நாட்களாக தங்களுக்குப் பதிலெழுதாமல் இருந்து விட்டேன். மன்னியுங்கள். இங்கு வேலை நெருக்கடி அப்படி யிருக்கிறது. இப்பொழுது எங்கள் வியாபாரத்தில் 'சீஸன்.' கடுமையான வேலை. காலை ஒன்பது மணிக்குக் கடைக்குள் புகுந்தேன் என்றால் இரவு பத்து மணிக்கு வீடு திரும்பியதும் செக்கில் வைத்துத் திருகிய மாதிரியாகி விடுகிறது உடம்பு. கட்டிலைக் கண்டதும் பிணமாகி விடுகிறேன். எழுத்து படிப்பெல்லாம் கோவிந்தா! பிரபல பத்திரிகைகளிலிருந்து ஆர்டர்கள் வந்தன. சப்ளை செய்யத்தான் முடியவில்லை. எழுதி அனுப்புவதாக ஒப்புக்கொண்ட வாக்குறுதிகளையும் நிறைவேற்ற முடியவில்லை. எல்லாம் இன்னும் ஒரு வாரம் தான். பின்னால் உட்கார்ந்து எழுதிக் குவிக்க வேண்டியது தான்.

இம்முறை காரைக்குடி கம்பர் விழாவில் கலந்துகொள்ள அழைப்பு வந்திருக்கிறது. நான்கூட 'புலவர்' ஆகிவிட்டேன்! 26,27 - ஆம் தேதி வாக்கில் ஊர் திரும்பிவிடுவேன். பின்னர் விரிவாகக் கடிதம் எழுதுகிறேன்.

நேற்று உங்கள் கடிதம் வந்திராவிட்டாலும் நான் கடிதம் எழுதியிருப்பேன். ஒரு சந்தோஷச் செய்தி. நேற்றுக் காலை

சாருகேசி, அக்காளாகிவிட்டாள்! இம்முறையும் பெண் குழந்தை பிறந்திருக்கிறது. எல்லாம் கிடாரி கதைதான். அந்தக் கதையில் வரும் கிழவர் நானேதான்! போட்டோவுக்கு ஸ்டுடியோவில் சொல்லி வைத்திருக்கிறேன். பிரதிகள் எடுத்து அனுப்பி வைக்கிறேன்.

தாங்கள் கதைகள் எழுதுவதுபற்றி மிக்க மகிழ்ச்சி. கலைக் கதிரில் 'பாட்டியின் கோபம்' பார்த்தேன். அருமையான கதை. தங்களுடைய கதையைப் படிக்கிறபொழுது, தென்னந் தோப்பிலிருந்து இளநீர் குடிப்பது போலிருக்கிறது. ஆனால் நமது அருமைத் தமிழ்நாட்டு வாசகர்கள் ஷாலிமார் கார்ட னில் உட்கார்ந்து பிராண்டி அல்லவா குடிக்க ஆசைப்படு கிறார்கள்! அதைப்பற்றி நமக்கு என்ன? வீட்டில் எல்லோரும் சுகம்தானே? நான் படம் அனுப்பி வைத்த பின்னர்தான் தாங்கள் அனுப்புவீர்களா? அல்லது முன்னதாகவே அனுப்புவீர்களா? பண்டமாற்றில் உங்கள் முறை எப்படி?

அன்புள்ள,
சுந்தர ராமசாமி.

'உமா'வில் க.நா.சு. எதிர்ப்புக் கட்டுரை படித்தீர்களா? ஆஹா என்ன அருமையான பண்பாடு! எதிராளி முகத்தில் சேற்றைப் பூசுவதாகச் சொல்லிக்கொண்டு தன்னுடைய முகத்தைச் சாக்கடையில் முக்கிக்கொள்கிறாரே!

சுந்தர ராமசாமி

நாகர்கோவில்
6.5.59

அன்பார்ந்த நண்பரவர்களுக்கு,

நமஸ்காரம்.

தங்கள் கடிதம் கிடைத்தது. இரு தினங்களுக்கு முன்னர் நான் அனுப்பிவைத்த குடும்பப் படம் கிடைத்திருக்கும். கையோடு எழுத எண்ணிய கடிதம் இப்பொழுதுதான் பிறக்கிறது. இத்துடன் குடும்பப்படத்தில் இல்லாத குழந்தைகளின் படத்தையும் (கிளி படம் தவிர) வைத்திருக்கிறேன்.

குற்றாலப் பயணத் திட்டத்தைத் தள்ளிப் போட்டது நல்லது தான். ஆகஸ்டு 15க்கு மேல் கூட்ட நெருக்கடியும் இராது, அருவியும் கனஜோராக இருக்கும். அந்தச் சந்தர்ப்பத்தில் நானும் குடும்பத்தோடு வர எண்ணுகிறேன்.

'தம்பி ராமய்யா' படித்தேன். கதை எனக்கு மிகவும் பிடித்திருக்கிறது. அதிலும் பின் பகுதி மிக நன்றாக உருவாகியிருக்கிறது. வீட்டில் எல்லோரும் கதை இன்னும் 'கனமாக' இருக்கவேண்டுமென்று ஏகோபித்த தீர்மானம் போட்டிருக்கிறார்கள். வீடு பூராவும் 'கிரிடிக்' மயமாக இருக்கிறது!

பிற பின்னர் விபரமாக எழுதுகிறேன்.

அன்புள்ள,
சுந்தர ராமசாமி.

சுந்தர ராமசாமி

நாகர்கோவில்
24.6.59

அருமை நண்பர் கு.அ. அவர்களுக்கு,

நமஸ்காரம்.

தங்கள் கடிதமும் புகைப்படங்களும் கிடைத்தன. மிக்க மகிழ்ச்சி. நீண்ட நாட்களாகத் தங்களுக்குக் கடிதம் எழுதாமல் இருந்துவிட்டேன். தாங்கள் அனுப்பி வைப்பதாக எழுதி யிருந்த புகைப்படங்கள் கிடைத்த பின்னர் எழுதலாம் என்று இருந்ததில் காலதாமதமாகிவிட்டது. புகைப்படங் களை வீட்டில் எல்லோரும் பார்த்து சந்தோஷப்பட்டோம். தாங்கள் குடும்ப சமேதரராக இங்கு வந்து தங்கிச் செல்ல வேண்டுமென்று எனது குடும்பத்தாரின் ஆசையாக இருக் கிறது. முன்னர் எழுதியிருந்தது போல் ஆகஸ்டு 15–ஐ ஒட்டி திருக்குற்றாலம் வருகிறபொழுது இந்தப் பக்கமும் வருவீர்கள் என்று கருதுகிறேன்.

நண்பர் ராஜநாராயணன் குற்றாலத்தில் தங்கியிருப்பதாகத் தெரிகிறது. என்னைக் குற்றாலம் வரும்படி அழைத்துக் கடிதம் எழுதியிருக்கிறார். 'சீஸன்' பிரமாதமாக இருக்கிறதாம். அங்கென்ன, இங்கும்தான் வியாபார சீஸன் பிரமாதமாக இருக்கிறது. நான் கொடுக்கிற பட்டுச்சேலையைக் கட்டிக் கொண்டால்தான் கழுத்தில் தாலியேறும் என்று எல்லா மாப்பிள்ளைகளும் சொல்லுகிறார்கள்போல் தோன்றுகிறது. மூச்சுவிடப் பொழுதில்லை 'புளியமரம்' என்று ஒரு குறுநாவலை ஆரம்பித்து, முதல் அத்தியாயத்தில் முடங்கி நிற்கிறது. மனம் சிறுகதை உருவத்தையே நாடுகிறது. பல்வேறு அலுவல்களாலும், அநியாய சோம்பலாலும் கடந்த பல மாதங்களாக ஒன்றும் எழுதவில்லை. போட்ட திட்டங்கள் வாய்தா தாண்டி வாய்தாவாக இழுத்து அடித்துக் கொண்டி ருக்கிறது இனிமேலாவது தொடர்ந்து எழுத எண்ணியிருக் கிறேன்.

தாமரையில் தங்கள் சிறுகதையைப் படித்தேன். விஷயத் தின்மீது படரும் பார்வை நன்றாக இருக்கிறது. தரித்திரத்தைத் தரித்திரம் என்று சொன்னால் அது கதையாகாது, கலையும்

ஆகாது. வேறு எப்படியெல்லாமோ சொல்லுகிறார்களே அதுதான் அழகு. விஷயம் தெளிவாகப் புரிந்துவிடவேண்டு மென்று சொல்லுவீர்கள். இதில் அடிநுனி விஷயம் அத்தனை தெளிவாக இல்லை, பாமர வாசகர்களைப் பொறுத்தவரை யில். ஆனால் இப்படி எழுதுவது எனக்குப் பிடித்திருக்கிறது. கதைக்கு பாஷ்யம் எழுதிக்கொண்டிருக்க முடியாது.

இங்கு மாம்பழ சீஸன் சக்கை போடு போடுகிறது. சூரங்குடி வர்க்கத்திலேயே 'நீலம்' என்றொரு ஜாதி. மூன்று நாளைக்குத் தித்திக்கும். அழுகிப் பாழாகாமல் அனுப்பி வைப்பதுதான் சிரமம். முன்னொரு தடவை க.நா.சுவுக்குப் பழங்கள் அனுப்பி வைத்தேன். லாரிப் பாஸுடம், அழுகிய பழங்களும்தான் வீட்டில் கிடைத்தனவாம். எனினும் காய் பருவத்தில், பந்தோபஸ்தாக பாக் செய்தால் அனுப்பிவைக்க இயலும் என்று கருதுகிறேன். இன்னும் ஒரு வாரத்தில் 100 பழங்கள் வாங்கி அனுப்புகிறேன். எழுத்தாளர் நண்பர் களுடன் பங்கிட்டு எடுத்துக்கொள்ளுங்கள்.

இங்கு எல்லோரும் சுகம். மனைவி பிறந்தகம் சென்றிருக் கிறாள். 'கடம்படா வாழ்வு' என்னொரு ஊர். நான்குனேரிக் கும் களக்காட்டுக்கும் மத்தியில் இருக்கிறது. இடைசெவல் போல் ஆயிரம் இடைசெவல் கொண்ட பட்டிக்காடு. சுய சவரம் செய்துகொள்ள ஆயுதங்களோடு திண்ணையில் உட்கார்ந்து கொண்டால் சிறுபிள்ளைகள் கூடிவிடும். பள்ளிக் கூடம் நடக்காது. நானும் மண்வாசனை தெரிந்தவன்தான். பிற தங்கள் கடிதம் பார்த்து.

அன்புள்ள,
சுந்தர ராமசாமி.

சுந்தர ராமசாமி

நாகர்கோவில்
30.6.59

அன்புள்ள நண்பரவர்களுக்கு,

நமஸ்காரம். தங்கள் கடிதம் கிடைத்தது. உடனடியாகப் பதில் வந்தது, ஏதோ நேரில் பேசிக்கொண்ட மாதிரி ஒரு உணர்வைத் தந்தது.

நாகை நகர் மாம்பழ வியாபாரிகளுடன் இன்னும் நான் பேட்டி ஆரம்பிக்கவில்லை. பழங்கள் அனுப்பி வைத்தால் அழுகாமல் கிடைக்கும் என்ற உறுதியில்லாதவரை அனுப்பி வைக்கமாட்டேன். பார்ப்போம்.

மிகவும் மும்முரமாக உட்கார்ந்து எழுதுவதற்கான பீடிகைகள் போட்டு வருகிறேன். சுருதி கூடி வரவேண்டும். இந்தத் தடவை எழுதியே விடுவேன் என்றுதான் தோன்றுகிறது.

கடம்போடு வாழ்வுக்கு 'கடன் படா வாழ்வு' என்பதுதான் பூர்வாசிரமத்துப் பெயர். இப்பொழுது எல்லோரும் கடன் படும் வாழ்வு என்றுதான் சொல்லுகிறார்கள். அப்படிச் சொல்லுவதும் மிகவும் பொருத்தமாக இருக்கிறது. மழை பெய்து ஏழு வருடமாகிறது. இரண்டாவது வகுப்பில் மழை பற்றி பாடம் எடுத்தபொழுது ஒரு பெண் எழுந்திருந்து 'ஸார், மழை என்றால் என்ன?' என்று கேட்டாளாம். ஒரு தம்ளர் தண்ணீர் எடுத்து அதை சன்னல் வழியே கொட்டிக் காண்பித்து 'இதுபோல் நிறைய தண்ணீர் விழும்' என்று வாத்தியார் சொன்னாராம். எப்படி இருக்கிறது? போன தடவை ஊருக்குப் போய்விட்டு வந்து என் மனைவி விட்ட கதை இது. விஷயம் என்னவோ உண்மைதான். தாங்கள் பஸ்ஸில் சென்றிருக்க முடியாது. பஸ் ஊருக்குள் வராது என்பது கடம்பாழின் குண விசேஷங்களில் ஒன்று. இரண்டாவது ஐந்தாண்டு திட்டத்தில் மின்சாரம் அநியாயமாய் ஊருக்குள் பாய்ந்துவிட்டது. கடம்பாழுக்குப் போக வேண்டுமென்றால் நான்குனேரி – களக்காடு பாதையில் சுப்ரமணியபுரத்தில் இறங்கி, தலையில் துண்டைச் சுற்றிக்கொண்டு ஒரு மைல் நடக்கவேண்டியது. வில் வண்டியிலும் போகலாம். ஆனால் 'நொடி'களில் வண்டியைத் தூக்கிவிட சித்தமாக

இருக்கவேண்டும். மிகவும் அருமையான ஊர். இருபத்திரண்டு மைல் தூரத்தில் என்னை இரண்டாம் நூற்றாண்டுக்கு அழைத்துச் சென்றுவிடுகிறதே!

தற்சமயம் சென்னைக்கு வர வாய்ப்பில்லை. பிரயாணம் உடலுக்கு ஒத்துக்கொள்ளாததால்தான் எங்கும் செல்ல வில்லை. எப்பொழுது சந்தர்ப்பம் கிடைக்கிறதோ அப்பொ ழுது வருவேன். சென்னை வர வேண்டும். நாலைந்து நாட்கள் தங்க வேண்டும். நண்பர்கள் எல்லோரையும் பார்க்க வேண்டும்.

அன்புள்ள,
சுந்தர ராமசாமி.

சுந்தர ராமசாமி

நாகர்கோவில்
30.11.'59

அருமை நண்பர் அழகிரிசாமி அவர்களுக்கு அநேக நமஸ்காரம்.

தங்கள் கடிதங்கள் கிடைத்தன. நீண்ட நாட்களாக நான் தங்களுக்குக் கடிதமே எழுதாமல் இருந்து விட்டது மனசை உறுத்துகிறது. இத்தனைக்கும் 'நாளை கண்டிப்பாய் எழுத வேணும்' என்று இரவு படுத்துக்கொள்ளும்போது மனதில் எண்ணாத நாளே கிடையாது. கடந்த இரண்டு மூன்று மாதங்களாகவே எனக்கு வேலை வெட்டி ரொம்ப ஜாஸ்தி. கடையில் auditing நடந்துகொண்டிருந்தது. Auditor officeலேயே பெரும் பொழுதையும் கழிக்க வேண்டிவந்தது. அதோடு கடை வேலை. சாத்தியமானால் இந்த வருடம் எனது சகோதரிக்குக் கல்யாணத்தையும் நடத்திவிடலாம் என்ற யோசனை. அதனால் மாப்பிள்ளை வேட்டையிலும் இறங்கி யிருக்கிறோம் இன்னும் மாப்பிள்ளை கிடைத்த பாடாக இல்லை. (இருந்தாலும் ஒரு டஜன் கதைகள் எழுதுவதற்கு 'தீம்'கள் கிடைத்திருக்கின்றன.) கடிதம் எழுதுவதற்குக் கால் மணி நேரம் போதும். ஆனால் உல்லாசமான மனநிலை தேவைப்படுகிறது. காஞ்சிபுரம் பட்டுச் சேலைகளுக்கு ஆர்டர் கொடுப்பது மாதிரி, அருமை நண்பர்களுக்குக் கடிதம் எழுத முடியாது.

அங்கு தாங்களும், குழந்தைகள் ராமு ராதிகாவும் சௌக்கியம் என்பதில் ரொம்பவும் சந்தோஷம். இங்கு சாருகேசி, சௌந்தரம், கிளி எல்லோரும் சுகம். கிளி எடையிலும் உருவத்திலும் கிளி மாதிரித்தான் இருக்கிறாள். கர்சனை, சிங்கம் மாதிரி இருக்கிறது.

இன்னொரு சந்தோஷ சமாச்சாரம். இன்னும் இரண்டு மூன்று வாரங்களுக்குள் சௌந்தரம் அக்காளாகிவிடுவாள்!

சுதேசமித்திரன் மலரிலும் கலைமகள் மலரிலும் தங்கள் கதை வெளியாகியிருப்பதைப் பார்த்தேன். தீபாவளி வியாபார நெருக்கடியில் எனக்குத் தீபாவளி மலர்கள் எதையும் வாங்க சந்தர்ப்பம் கிடைக்கவில்லை. லைப்ரரியிலிருந்துதான் எடுத்துப் படிக்க வேண்டும்.

அ. இ. எ. மகா நாட்டில் கலந்துகொள்ள சென்னை வர வேண்டுமென்றுதான் திட்டம் போட்டிருக்கிறேன். கிருஸ்துமஸ் சமயம். சௌகரியம் எப்படி இருக்குமோ தெரியவில்லை. வந்தால் நண்பர்கள் எல்லோரையும் பார்க் கலாமே என்று எண்ணுகிறபோது, பலமான சபலம் தட்டு கிறது. பார்ப்போம்.

தங்கள் இலக்கியப் படைப்புகள் எவ்வாறு இருக்கின்றன? நாவல் ஏதாவது எழுதிக் கொண்டிருக்கிறீர்களா? விரைவி லேயே ஒரு நாவல் எழுதுங்கள்.

நண்பர்கள் தீப நடராஜனிடமிருந்தும், ராஜநாராயணனிட மிருந்தும், கடிதங்கள் வந்தன. இன்றுவரை பதில் எழுத இயலவில்லை. ரொம்பவும் கோபமாக இருப்பார்கள். இன்று நாளை அவர்களுக்கு எழுத வேண்டும்.

வேறு விசேஷம் எதுவுமில்லை. தங்கள் பதிலை ஆவலோடு எதிர்பார்க்கிறேன்.

அன்புள்ள,
சுந்தர ராமசாமி.

கு. அழகிரிசாமி

சென்னை,
2.12.59

அன்புமிக்க நண்பரவர்களுக்கு,

நமஸ்காரம்.

தங்கள் கடிதம் இன்று கிடைத்தது. நானும் 'நாளை நாளை' என்று நாளைத் தள்ளாமல் இன்றே பதில் எழுத உட்கார்ந்து விட்டேன்.

சௌந்தரம் அக்காள் ஆகப்போகும் செய்தி மிகவும் சந்தோஷத்தை அளித்தது. சௌந்தரத்தை 'அக்கா' என்று அழைப்பது தம்பியாக இருந்தால் எங்கள் சந்தோஷத்துக்கு எல்லையே இராது. அந்த எல்லையற்ற சந்தோஷமே எங்களுக்குக் கிட்ட வேண்டும் என்று பிரார்த்திக்கிறோம்.

தங்கள் சகோதரிக்கு மாப்பிள்ளை பார்க்கும் முயற்சியில், பத்துக் கதைகளுக்கு விஷயம் அகப்பட்டதைப் படிக்க ரஸமாக இருந்தது. 'ஆடு மேய்ச்சாப்பிலேயும் ஆச்சு; அண்ணனுக்குப் பெண் பாத்தாப்பிலேயும் ஆச்சு' என்பதுபோல உங்களுக்கு இந்தக் கதைப் புதையல்கள் அகப்பட்டிருக்கின்றன. தங்கள் தங்கையின் திருமண நாளை எதிர்பார்ப்பது போலவே, தங்கள் பத்துக் கதைகளையும் ஆவலோடு எதிர்பார்க்கிறோம். ஆக, நாகர்கோவிலில் சீக்கிரமாக எதிர்பார்ப்பவை ஒரு சுப ஜனனம்; ஒரு சுப முகூர்த்தம்; பத்து இலக்கிய சிருஷ்டிகள். இந்தப் பன்னிரண்டும் துவாதச சூரியர்களைப் போல் தேஜோமயமாக இலங்கும் என்பதில் சந்தேகமில்லை.

இங்கே எல்லோரும் சௌக்கியம். இரவு நேரங்களில் குளிர் அதிகமாக இருக்கிறது. இரண்டொரு பொங்கல் மலர்களுக்காகக் கதை கட்டுரைகள் எழுதிக்கொண்டிருக்கிறேன். வேலையோடு வேலையாகப் பத்திரிகைகளுக்குக் கதைகள் எழுதிக்கொண்டிருங்கள். தீபாவளி மலர்களில் தங்கள் கதையைப் பார்க்க முடியாமல் போனது எனக்கு மிகுந்த ஏமாற்றம் அளித்தது.

இந்தக் காலத்தில் ஆண் சிங்கங்கள் 'கிளி—கொஞ்சும்போது', கிளி கர்ஜனை செய்வதில் ஆச்சரியம் என்ன இருக்கிறது? இங்கே ராதிகா கர்ஜனை செய்வதோடு, புலிப்பாய்ச்சலும் பாய்கிறாள்.

சாருகேசி நன்றாகப் பேசுகிறாளா? பாட்டு வருமோ?

அன்புள்ள,
கு. அழகிரிசாமி.

சுந்தர ராமசாமி

நாகர்கோவில்
8.12.'59

அருமை நண்பர் கு. அ. அவர்களுக்கு,

நமஸ்காரம்.

தங்கள் கடிதம் கிடைத்தது. இம்மாதம் தாமரை இதழில் வெளியாகியிருக்கும் 'காதலும் கல்யாணமும்' என்ற கதையை நேற்று இரவு படித்தேன். கதை ரொம்பவும் அருமையாக இருக்கிறது. மலேயா செல்வதற்கு முன்னால் பார்த்த அழகிரி சாமியை இந்தக் கதையில் மீண்டும் பார்க்க முடிந்தது. ஒரு சாதாரண 'தீமை' தங்கள் பார்வையால் தூக்கிக் காட்டி யிருக்கிறீர்கள். சில இடங்களைப் படித்தபோது மனசுக்கு குளுகுளுவென்றிருந்தது. வித்யா – விஸ்வநாதன் காதலைப் பற்றி குறிப்பிடுகிறபோது "இலக்கிய கர்த்தாக்கள் இப்படிப் பட்ட கட்டங்களை அதீத கற்பனையாக சிருஷ்டி செய்து மகிழ்ந்த அபத்தத்துக்கும் அவர்கள் அர்த்தத்தையும் பெருமை யும் உண்டுபண்ணினார்கள்" என்ற இடம் அற்புதம். இதே மாதிரி இன்னும் ஒரு நாலைந்து இடங்கள் கதையைப் படித்தபோது அச்சில் படிப்பது மாதிரியே இல்லை. ஒரு 'சவடால்' கோவில் முகப்பில் நின்றுகொண்டு பேசுவது மாதிரி 'டாண் டாண்' என்று கதை காதில் விழுந்து கொண்டி ருந்தது. முடிவு 'ஓ. ஹென்ரி' பாணியில் இருந்தாலும் இந்த எதிர்பாராத முடிவு கதையின் ஒரு அங்கமே ஒழிய அலங்கார மல்ல. கதையின் கூடார்த்தமும் நன்றாக இருக்கிறது.

'உமா' பொங்கல் மலருக்கு நான் கதை அனுப்பி வைத்தி ருக்கிறேன்.

இங்கு எல்லோரும் சுகம். மகாநாட்டுக்கு வருவதற்குக் கடைசி நிமிஷம்வரை முயற்சி செய்வது என்று இருக்கிறேன். அங்கு குழந்தைகள் ராதிகாவும் ராமுவும் சுகம்தானே?

சாருகேசிக்கு பாட்டு வருமா என்று கேட்டிருக்கிறீர்கள். சாருவும் சௌந்தராவும் சேர்ந்து இரட்டைக் கச்சேரி செய்ய ஆரம்பித்தால் குறைந்தது 50 பாட்டு பாடி விட்டுத்தான் ஓய்வார்கள். (குழந்தைகள் எப்படி இவ்வளவு பாட்டுக்களை நினைவில் வைத்துக்கொள்கிறார்கள்?) கச்சேரி ரொம்பவும் நன்றாக இருக்கும். சில சமயம் வேறு விதமான கச்சேரியும் உண்டு. அதில் சௌந்தரம்தான் ஜெயிப்பாள். சௌந்தரம் கண்களில் சமுத்திரம்தான் இருக்கிறது.

பதில்.

சுந்தர ராமசாமி.

சுந்தர ராமசாமி

நாகர்கோவில்
29.1.'60
இரவு மணி ஒன்பது

அருமை நண்பர் அழகிரிசாமி அவர்களுக்கு,

நமஸ்காரம்.

இம்மாதம் 11–ஆம் தேதியே ஊர் வந்து சேர்ந்தேன். வந்ததுமே உங்களுக்கு எழுத வேண்டும் என்று எண்ணியவன் தான், இன்று எழுதுகிறேன். காரணங்கள் ஆயிரம். அதையெல் லாம் சொல்லிக்கொண்டிருப்பானேன்.

இங்கு எல்லோரும் சுகம். எனது இரண்டாவது பெண்ணர சியும் சுகம். தற்சமயம் வீட்டில் ஆறு வயதுக்குக் கீழ் மட்டும் பஞ்ச கன்னிகைகள் இருக்கிறார்கள். தாங்கள் எதற்கும் நமது ராமுவின் ஜாதகத்தை வெளியே யாருக்கும் கொடுக்க வேண்டாம்! ஒரிஜினல் காப்பியை நகல் எடுத்துக்கொள்ளா மல் உடனடி அனுப்பித்தந்தால் மிகவும் நல்லது. தீப. நடராஜனுக்கும் ஒரு ஆண் குழந்தை இருப்பதாகக் கேள்வி. அவருக்கும் எழுதுவதாக இருக்கிறேன். ஒவ்வொருவருக்காக எழுதிக் கொண்டிருப்பதைவிட ஒரு circular தயாரித்து நண்பர் கள் எல்லோருக்கும் அனுப்பிவைத்தால் என்ன என்றும் எண்ணுகிறேன்!

இம்முறை, என்ன காரணம் என்றே தெரியவில்லை, எக்மூர் ஸ்டேஷனில் வந்து இறங்கியதுமே எனக்கு 'டல்' அடித்து விட்டது. அதோடு மூளையும் ஸ்தம்பித்துவிட்டது. சென்னை எனக்குக் கட்டோடு பிடிக்கவில்லை. சுற்றிவர புதிய முகங்கள், ஏக காலத்தில் பலர் அறிமுகம் எல்லாமாக நான், நானே அல்லாமல் ஆகிவிட்டேன். ரயிலில் அங்கு வருகிறபோது ராமுவையும், மன்னிக்கவும், மாப்பிள்ளை ராமுவையும், ராதிகாவையும் எத்தனையோ முறை நினைத்துக் கொண்டேன். நேரில் பார்த்தபோது அசடு மாதிரி உட்கார்ந்து கொண்டிருந்தேன். மகாநாடு ஹாலில் மகா மேதைகள் எல்லாம் அறைகளில் கூடி சண்டப் பிரசண்டம் பண்ணிக் கொண்டிருந்தபோது, புல் தரையிலும், பெஞ்சிலும் உட் கார்ந்து பேசிக்கொண்டிருந்தோமே, அந்த நிமிஷங்கள், அற்புதமான நிமிஷங்கள். தாங்கள் எழுதியதுபோல் அந்த

மாதிரி சந்தர்ப்பங்கள் அடிக்கடி வாய்க்க வேண்டும். வாய்க்கும். வாய்க்காமல் எங்கே போகப் போகிறது?

சென்னையிலிருந்து திரும்ப தன்னந்தனியாக ரயிலில் வந்த போதெல்லாம், தலையை சென்னையில் வைத்துவிட்டு வந்த மாதிரி ஓர் எண்ணம், ஏக்கம். இப்போது எல்லாம் சரியாகப் போய்விட்டது.

சென்னையிலிருந்து இங்கு வந்த ஒரு வாரத்துக்கெல்லாம் எனது வாய் ஓயவில்லை. கிரிக்கெட் மாச் கமெண்டரி சொல்லுவது மாதிரி, நான் எக்மூர் ஸ்டேஷனில் வந்து இறங்கியது முதல் திரும்ப ரயிலேறியதுவரை இங்கு எல்லோரிடமும் ஒப்பித்துவிட்டேன். இப்போது சென்னையிலே என்று ஆரம்பித்தாலே எல்லோரும் சிரிக்கிறார்கள்.

எனது இரண்டாவது குழந்தை நன்றாகவே இருக்கிறது. ராத்திரிப் பூராவும் மிகவும் நன்றாக அழுகிறது. இவள் அழ ஆரம்பித்ததும் இவளுடைய அக்காளும், அக்காளுடைய மூன்று அத்தான்களும் எழுந்து உட்கார்ந்துகொண்டு கத்துகிறார்கள். வீடு விடிய விடிய கோலாகலமாக இருக்கிறது. திருடர் பயம் என்பதே இல்லை!

எனக்கு உடம்புக்கு ஒன்றுமில்லை. ஜம்மென்று இருக்கிறேன். வீட்டில் எல்லோரும் சுகம்தானே?

நண்பர் க.நாசுவுக்கு உடம்பு சரியில்லையென்று நம்பி எழுதியிருந்தார். இப்போது எப்படியிருக்கிறது என்பது தெரியுமா?

அன்புள்ள,
சுந்தர ராமசாமி.

கு. அழகிரிசாமி

சென்னை,
20.2.60

அருமை நண்பரவர்களுக்கு,

நமஸ்காரம்.

மகா கவிகள் சில இடங்களில் தங்களையே வென்றுவிடுவதாக இலக்கிய விமர்சகர்கள் புகழ்வார்கள். அதேபோல, நாகர்கோவிலில் பார்த்த ராமசாமி, அப்புறம் "அகம்" எழுதிய ராமசாமி, அதன் பின் கடிதங்கள் எழுதிய ராமசாமி, பிறகு எழுத்தாளர் மகாநாட்டின்போது சந்தித்துப் பேசிப் பழகிய ராமசாமி – இந்த நான்கு ராமசாமிகளையும் வென்றுவிட்டீர்கள் "அக்கரைச் சீமையில்" புத்தகத்தில். இரண்டு மூன்று தினங்களுக்கு முன் படித்தேன். ஏற்கெனவே படிக்காத கதைகளை எல்லாம் ஒரே மூச்சில் படித்து முடித்துவிட்டுத் தான் புத்தகத்தைக் கீழே வைத்தேன். அதன் பிறகு சந்தித்த க.நா.சு., தி. ஜானகிராமன், தி.ஜ.ர. முதலியவர்களிடம் நான் பெற்ற கலையனுபவத்தைச் சொல்லிச் சொல்லி மகிழ்ந்தேன். எப்படியெல்லாம் எழுதியிருக்கிறீர்கள்! என்னென்ன விஷயங்களையெல்லாம் கதைகள் பேசியும் பேசாமலும் தெரிவிக்கின்றன! கதைகளின் சஞ்சாரத்தில் எவ்வளவு ஞாபகமாக அனுஸ்வரங்களை மீட்டிக் கதைகளுக்குப் பொழிப்பும் உயிரும் கொடுக்கிறீர்கள்! ஆயிரம் வருஷ சாதக பலத்தில் செய்யும் சாதனைகளாக இருக்கின்றன. அற்புதம்!

கு. அழகிரிசாமி.

சுந்தர ராமசாமி

நாகர்கோவில்
16.4.60

அன்பார்ந்த நண்பர் அழகிரிசாமி அவர்களுக்கு,

அநேக நமஸ்காரம்.

தங்கள் கடிதம் கிடைத்து வாரங்கள் இரண்டு ஓடிவிட்டன. இதுகாறும் பதில் எழுதாமல் இருந்துவிட்டமைக்கு மன்னியுங்கள். காரணம் கூறிக்கொண்டிருந்தால் அதுவே மூன்று பக்கங்கள் விரிந்துவிடும். இனிமேல் வாராவாரம் – வெள்ளிக் கிழமைதோறும் தங்களுக்கு எழுதுவது என்று சங்கற்பித்துக் கொண்டிருக்கிறேன். நண்பர்களிடமிருந்து கற்றை கற்றையாகக் கடிதம் வர வேண்டும் அவா மட்டும் இருக்கிறது. அதேபோல் நானும் பதில் எழுதிக்கொண்டிருக்க வேண்டாமா என்ன?

இங்கு எல்லோரும் சுகம். எனது மூத்த அக்காளின் இரு குமாரிகளும், விடுமுறை நாட்களைக் கழிப்பதற்கு இங்கு வந்திருக்கிறார்கள். ஆக, பஞ்ச கன்னிகைகள் அல்ல, சப்த கன்னிகைகளும் வீட்டை அல்லோலகல்லோலப் படுத்துகிறார்கள். நாட்டியம், பாட்டு, டிராமா, சண்டை, சமாதானம் – ஒரே ஆர்ப்பாட்டம்தான் வீட்டில்.

அங்கு தாங்களும் குழந்தைகளும் சௌக்கியம்தானே? சென்னையில் சீதோஷ்ண நிலைமை எப்படியிருக்கிறது? வேனற் கட்டிகளின் புறப்பாடு எதுவும் இராது என்று நம்புகிறேன்.

எ. சங்கத்தில் தாங்களும் நண்பர்களும் நடத்திய புரட்சிகரமான ஆர்ப்பாட்டங்களையும் அதைத் தொடர்ந்து நடைபெற்ற சங்கதிகளையும் அரைகுறையாகத் தெரிந்து கொண்டேன். இன்னுமா இதிலெல்லாம் தங்களுக்கு நம்பிக்கை இருக்கிறது?

சிருஷ்டித் தொழில் எப்படியிருக்கிறது? கல்கியில் கதைகள் வெளிவரக் காணோமே? நாவல் எழுதிக்கொண்டிருக்கிறீர்களா? எப்படியும் இந்த வருடம் அருமையான நாவல் ஒன்றை எழுதி முடியுங்கள்.

இங்கு எனக்கு ஓய்வு கிட்டுவது மிகவும் அருமையாக இருக்கிறது. கிடைத்தாலும் படிப்பிலேயே கவனம் செல்கிறது.

கடந்த இரண்டு மாதங்களில் அருமையான புத்தகங்கள் சில படித்தேன். ஆங்கிலப் புத்தகங்கள்தான். அவை பற்றியே தனியாக ஒரு கடிதம் எழுதலாம். கல்லூரியில் முதல்வராக வேலை பார்த்து, தற்சமயம் ஓய்வெடுத்துக் கொண்டிருக்கும் துறை நடுவர், அருமையான புத்தகங்களை சரளமான விலைக்கு விற்கிறார். நானும் சில புத்தகங்கள் வாங்கினேன். எனக்குப் பெரிய அதிருஷ்டம் அடித்துவிட்டது என்றுதான் சொல்ல வேண்டும்.

ஸ்டார் சகோதரர்களையும், நண்பர்கள் க.நா.சு. முதலியோரையும் சந்தித்து வருகிறீர்கள் என்று நம்புகிறேன். எல்லோருக்கும் எனது வணக்கம். பிற தங்கள் பதில் பார்த்து எழுதுகிறேன்.

அன்புள்ள,
சுந்தர ராமசாமி.

சுந்தர ராமசாமி

நாகர்கோவில்
25 ஜுன் 1960
சனிக்கிழமை

அன்பார்ந்த நண்பர் அழகிரிசாமி அவர்களுக்கு,

அநேக நமஸ்காரம்.

தங்களுக்கு ஒரே ஆச்சரியமாக இருந்திருக்கும். விளங்காத புதிராகக்கூட இருந்திருக்கும். 'என்ன இவர் இப்படி' என்று கூட எண்ணியிருப்பீர்கள். என்ன செய்வது? அப்படித்தான் ஆகிவிட்டது. நாள் பூராவும் யந்திரம் மாதிரி வேலை செய்துவிட்டு மிச்சமுள்ள அரை மணி நேரத்திலோ ஒரு மணி நேரத்திலோ மனதுக்கு உவப்பான காரியத்தை என்னால் செய்து முடிக்க முடியவில்லை; முயன்றும் முடியவில்லை. மூன்று மாத காலத்தை காலை ஒன்பது மணியிலிருந்து இரவு பத்து, சமயங்களில் பதினோரு மணிவரையிலுங் கூட, சுதர்சன் கம்பனிக்காக ஒதுக்கிவிட்டேன். கூடுமானவரை பொறுப்பை எடுத்துக் கொண்டு வயதான தகப்பனாருக்கு ஓய்வையும் (அதுகூட அவருக்கு முக்கியமில்லை) எல்லாவற்றையும் நான் நன்றாகக் கவனித்துக்கொள்வேன் என்ற நம்பிக்கையையும் (அதுதான் அவருக்கு வேண்டியது) கொடுக்க முயன்றேன், கொடுத்தேன் என்றுகூடச் சொல்லலாம். தாங்கள்தான் எல்லாம் தெரிந்த மாதிரி எழுதிவிட்டீர்களே, கடைவேலை மும்முரம் முடிந்து கடிதம் எழுதுங்கள் என்று! சுயபுராணம் அவ்வளவுதான்.

தங்கள் கதை, அதைப்பற்றித்தான் எழுத வந்தேன். ரொம்பப் பிரமாதம் போங்கள். எனக்கு ஒரே சந்தோஷம். அருமையாய் வாய்த்துவிட்டது என்று சொல்கிறோம் அதே தான். உங்களைக் கூடப் பாராட்ட மாட்டேன். அந்தக் கதையைத்தான் பாராட்ட வேண்டும். அழகான குழந்தை பிறப்பது மாதிரி அது எப்படியோ பிறந்துவிடுகிறது என்று தான் சொல்ல வேண்டும். மலாயா சென்று வந்த பின்னர் தாங்கள் எழுதிய மலேயா (?) கதைகள் நல்ல கதைகளாக இருந்தாலுங்கூட, 'ஆஹா அற்புதம்' என்று சொல்ல முடியாதபடி இருந்தது என்பது உண்மை. 'திரிவேணி' எழுதிய கதாசிரியர் மலேயாவில் எதையேனும் இழந்துவிட்டாரோ

என்றுகூடச் சில சமயம் நினைத்தேன். சென்னையில் சந்தித்த போது நான் இதுபற்றி பிரஸ்தாபித்ததும் அதற்குப் பதிலாக நீங்கள் என்னிடம் சொன்னதும் நினைவுக்கு வருகிறது. இருக்கட்டும். 'குமாரபுரம் ஸ்டேஷனைப் படித்தபோது தங்களை முழுசாக மீண்டும் கண்டுகொண்ட உணர்ச்சிதான் ஏற்பட்டது.

கதை ஆரம்பத்திலிருந்து கடைசிவரையிலும் ஒரே மாதிரி எங்கும் சோடை தட்டாமல் ரொம்பவும் நிதானமாகவும், கம்பீரமாகவும் நடை போட்டுச் செல்கிறது.

கதையின் அடிச்சரடு ஆரம்பத்திலிருந்தே பல இடங்களில் எதிரொலித்துக்கொண்டே இருக்கிறது. இது மிகவும் சிரமமான வேலை. ஆனால் சர்வ சாதாரணமாக அதைச் செய்திருக்கிறீர்கள். இந்த இடத்தைப் பாருங்கள்.

"பையன்களிடத்தில் விளையாடுவதோ, பையன்களின் கூட்டுறவில் குதூகலம் அடைவதோ அவருக்கு வழக்கமில்லை. அவருடைய தொழில்தான் அதற்குக் காரணமோ என்னவோ...?"

இப்படி இடங்கள் பல அமைந்திருப்பது நிரம்ப சுகத்தைத் தருகிறது. எந்தக் கதாபாத்திரமும் மிகைப்படுத்தப்படவில்லை. சாதாரண கதாசிரியர் கையில் 'அய்யர்' அகப்பட்டிருந்தால் கசையடி பட்டுத்தான் தப்ப முடியும்.

மேலும் கிராமத்துச் சூழ்நிலை இந்தக் கதையில் தத்ரூபமாக வந்திருக்கிறது. 'இதோ கிராமத்து மக்கள்' என்று துயரம் கட்டிக் கொண்டு எழுதுகிற கதாசிரியர்கள் கதையில் கிராமத்துப் பொம்மைகளைத்தான் பார்க்க முடிகிறது. கிராமத்து மக்களின் பவித்திரத் தன்மையைக் காட்டப் புறப்படுவார்கள், அவர்கள். தங்கள் கதையிலோ கிராமத்து மக்களையே பார்க்கிறோம். அவர்கள் உயர்ந்தவர்களாகவோ தாழ்ந்தவர்களாகவோ இருப்பதற்கு மேலாக அவர்கள் கிராமத்து மக்களாக இருக்கிறார்கள். ரொம்பவும் நல்ல விஷயம்.

கிழவர், ஹோட்டல்காரனைப் பார்த்து, 'இவங்கள்கிட்டேயும் சில கேள்வி கேளுங்கள்' என்று சொல்கிற இடமும், செட்டியாரின் குண சித்திரமும், "ஒவ்வொரு வாத்தியாரும் பெற்ற தகப்பன்தானே" என்று அவர் சொல்வதும் மனசுக்கு எவ்வளவு இதமாக இருக்கிறது! ஒவ்வொரு பாத்திரத்தின் மீதும் தங்களுக்குள்ள அனுதாப உணர்ச்சி மனதை நெகிழ வைக்கிறது. "'லியோ டோல்ஸ்டாய்', அதுவும் சரிதான். சொல்லிக்கொடுக்காதவரை யாருமே அப்படிதானே சொல்லுவார்கள்"அற்புதம்!

கதையின் முத்தாய்ப்பும் வெகு அழகு. 'குமாரபுரம் ஸ்டேஷனும் ஒரு பள்ளி கூடம்தானே' என்ற இடம், மனதில் எதிரொலித்துக்கொண்டே இருக்கும். வாஸ்தவம் தான். குமாரபுரம் ஸ்டேஷன்தானே ஹெட்மாஸ்டர் அய்யருக்கு கல்வியின் பொருளை முழுக்க முழுக்கக் கற்றுக்கொடுத்தது. ஒவ்வொருவருமே அதுபோன்ற ஒரு இடத்தில்தான் உயர்ந்த விஷயங்களைக் கற்றுத் தெரிந்துகொள்ள முடியும். அதற்கான ஆசையும் தாகமும், இடைசெவல் குழந்தைகளுக்கு இருப்பது போல் நமக்கும் இருக்க வேண்டும்.

மிகவும் அற்புதமான காரியம் உங்களிடமிருந்து பிறந்துவிட்டது. இதை எண்ணித் தாங்களும் சந்தோஷப்பட வேண்டும். கூசாமல் சந்தோஷப்படுங்கள். தங்கள் கதை, 'மிகவும் அற்புத மான ஒன்று' என்று நான் எழுதியிருப்பதாக ராமுவுக்கும் ராதிகாவுக்குக்கூடச் சொல்லுங்கள். அவர்களும் சந்தோஷப் படட்டும்.

இங்கு வீட்டிலும் எல்லோரும் தங்கள் கதையை ரசித்துப் படித்தனர். எனது நண்பர் கிருஷ்ணன் நம்பிக்கும் தங்கள் கதை மிகவும் பிடித்திருக்கிறது. சென்னையில் எவ்வித சலசலப்பும் இராது. இதில் எனக்குச் சந்தேகமில்லை. அங் குள்ள பிரும்மாக்களுக்கு பிறரைக் குறைகூறிக்கொண்டி ருக்கவே நேரம் பற்றாமலிருக்கும்.

இங்கு வீட்டில் எல்லோரும் சுகம். எனது இரண்டாவது குழந்தைக்குத் தைலாம்பாள் என்று பெயர் சூட்டியிருக் கிறோம். இது குழந்தையின் கடம்போடு வாழ்வு பாட்டியின் பெயர். அந்தப் பெயர்தான் வைக்கவேண்டும் என்று ஆள் மூலம் சொல்லிவிட்டு விட்டார்கள். ரொம்பவும் சந்தோஷத் தோடு அதையே வைத்துவிட்டோம். பெயர் எப்படி? இத்து டன் அவளுடைய போட்டோ ஒன்றும் அனுப்புகிறேன். இரண்டு தினங்கள் முன்னர்தான் நண்பர் ஒருவர் கைக் 'காமிரா'வில் படம் பிடித்தார். நேற்றுத்தான் படம் வந்து சேர்ந்தது.

அங்கு தங்கள் உடல் நலம் எப்படியிருக்கிறது? வேனல் கொடுமை தாங்கக்கூடிய நிலையிலிருக்கிறதா? குழந்தை களுக்கு உடம்பு எப்படியிருக்கிறது? ராமுவை ஸ்கூலுக்கு விட்டுவிட்டீர்களா? Nursery வகுப்புக்கு அனுப்பலாமே. நன்றாகப் படித்தால்தான் சௌந்தராவுக்குப் பிடிக்கும் என்று அவனிடம் சொல்லுங்கள்!

தங்கள் வேலை விஷயமாய் ஒன்று கேள்விப்பட்டேன். திரு. செல்லப்பன் (ஸ்டார்?) இங்கு வந்திருந்தபோது தாங்கள் வேலையை விட்டுவிடக்கூடும் என்று சொன்னார். என்ன

விஷயம்? அப்படியானால் வேறு வேலை ஏதாவது பார்த்து விட்டீர்களா?

தங்களது ஊரையும், சுற்றுப்புறங்களையும் பின்னணியாகக் கொண்டு, சொந்த வாழ்க்கை அனுபவங்களின் சாயையும் படிவதுபோல் ஒரு நாவல் எழுதி முடியுங்களேன். இந்த வருடமே தங்கள் நாவல் வெளிவர வேண்டும் என்று தோன்றுகிறது. உடனே உட்கார்ந்து எழுத ஆரம்பியுங்கள். நான் சில வேறு கதைகள் எழுதத் திட்டமிட்டிருக்கிறேன். இனிமேல் எழுத சாவகாசமும் கிட்டும்.

தங்கள் பதிலை விரைவில் எதிர்பார்க்கிறேன்.

அன்புடன்,
சுந்தர ராமசாமி.

கு. அழகிரிசாமி

4, அருணகிரி முதலி தெரு,
சென்னை – 28
27.6.60

அன்புமிக்க நண்பரவர்களுக்கு,

நமஸ்காரம்.

தங்கள் அருமையான கடிதமும், அருமைக் குழந்தையின் போட்டோவும் கிடைத்தன. தக்க சமயத்தில் தங்கள் கடிதம் கிடைத்தது. அது என்னுள் என்ன வேலை செய்திருக்கிறது என்பதைத் தாங்கள் அறியமாட்டீர்கள். தாங்கள் என் கதையைப் பிரமாதமாய் பாராட்டியிருக்கிறீர்கள் என்பதற்காக அல்ல. அது இரண்டாம் பக்ஷமான விஷயம்தான். தங்களிட மிருந்து ஒரு கடிதம், அபூர்வமான சுவையுடன் ஒரு கடிதம் வந்ததுதான் இங்கே விஷயம். படித்து முடித்த பிறகு என் மனசும் வீடும் ஒரே பிரகாசமாக, ஒரே கலகலப்பாக ஆகிவிட் டது; மூன்று நாளையச் சோர்வு மூட்டத்தையும் கலைத்து விட்டது.

அம்மை வார்த்துப் படுத்ததிலிருந்தே உடல் நிலை மிகவும் பலஹீனமாகிவிட்டது. சில நாட்கள் வயிற்றுக் கடுப்பினால் கஷ்டப்பட்டேன். இப்போது கடந்த மூன்று நாட்களாக இடுப்பில் வலி. எழுந்து நின்றால் உட்காருவது கஷ்டம்; உட்கார்ந்துவிட்டால் எழுந்து நிற்பது கஷ்டம். ஏனென்றே தெரியவில்லை. வெளியே எங்கும் போகாமல் வீட்டுக்குள் ளேயே அடைபட்டுக கிடக்கிறேன். உட்கார்ந்து எழுதுவதோ படிப்பதோ கஷ்டமாக இருக்கிறது. இதனால் உடம்போடு மனசும் சோர்ந்து போய்க் கிடந்தேன். தங்கள் கடிதம் சமய சஞ்சீவியைப் போல வந்து புத்துயிரும், புதியதோர் வலுவும் கொடுத்துவிட்டது. அதனால் தான் தங்களுக்கு உடனே கடிதம் எழுத உட்கார்ந்துவிட்டேன்.

ஆம், நான் இந்த மாதம் முதல் தேதியிலிருந்து உத்தியோகத் தில் இல்லை. வீட்டில்தான் இருக்கிறேன். இரண்டொரு மாதங்களில் வேறிடத்துக்கு வேலைக்குப் போவேன். அது வரையிலும், அபூர்வமாகக் கிடைத்துள்ள இந்த அவகா சத்தைப் பயன்படுத்திக் கொள்ளலாம் என்று ஆசைப்பட் டேன். ஆனால் வெயில் கொடுமையால் சென்னை நகரமே

ஒரு மாதம் செத்துச் சுண்ணாம்பாகிவிட்டது. நான் மட்டும் என்ன செய்ய முடியும்? அப்புறம் வெயில் நின்றது; உடம்புக் கோளாறுகள் தலைநீட்ட ஆரம்பித்துவிட்டன. ஆனாலும் நான் பல்லைக் கடித்துக்கொண்டு ஒரு ரேடியோ நாடகமும் மூன்று கதைகளும் எழுதிவிட்டேன். இன்று நாளைக்குள் மற்றொரு கதையையும் எழுதி முடித்தபின் நான்கையும் பத்திரிகைகளுக்கு அனுப்புவேன். நாளை முதல் தேதியி லிருந்து நாவல் வேலையையும் தொடங்குவேன். இனிச் சோம்பியிருக்கப் போவதில்லை.

வீட்டில் எல்லோரும் சௌக்கியமே. என் மனைவிக்கு எட்டு மாதம். அதனால் கொஞ்சம் சோர்வு. வேறொன்று மில்லை. ஆகஸ்டு முதல் வாரத்தில் பிரசவமாகும்.

15-ம் தேதியிலிருந்து ராமுவும் ராதிகாவும் பள்ளிக்கூடம் போகிறார்கள். பேபி கிளாஸில் படிக்கிறார்கள். படிப்பு என்ன தெரியுமா? பள்ளிக்கூடத்துக்குப் போனதும் பந்து விளையாட வேண்டியது. வீட்டுக்கு வரும்போது வாத்தியாரம் மாளிடம் சாக்பீஸ் வாங்கிக்கொண்டு வர வேண்டியது. வீடெல்லாம் டிராயிங் போட வேண்டியது. தென்னை மரம், Table Fan, ரேடியோ ஆகிய படங்களை ரூபத்தோடு போடப் படித்துவிட்டார்கள். ராமு அ,ஆ,ஈ,உ ஆகிய நான்கு எழுத்துக்களையும் எழுதுவான். வீட்டுப்பாடமாக சுமார் 30 ஆங்கில வார்த்தைகளும் அதற்கு அர்த்தமும் படித்துக் கொண்டிருக்கிறார்கள். "மூக்குக்கு என்ன?" என்று கேட்டால் "நோஸ்" என்று பட்டென்று சொல்லுவார்கள்.

சௌந்தரத்தையும், சாருகேசியையும்கூடத் தாங்கள் இது போன்ற பேபி கிளாஸில் சேர்க்கப்போகிறீர்களா? ஏற் கெனவே சேர்த்துவிட்டீர்களா?

தங்களிடமிருந்து யாருக்குமே மாதக்கணக்கில் கடிதம் வராமலிருந்தது ஆச்சரியமாகத்தான் இருந்தது. தொழிலைக் கவனித்துக்கொண்டிருக்கிறீர்கள் என்று கேள்விப்பட்டேன். ஆகவே நானும் எழுதாமல் நிறுத்திக்கொண்டேன். முந்தாநாள் ராஜநாராயணனிடமிருந்து வந்த கடிதத்தில், என்னவோ பேனா காணாமல் போனதாகவும், 'யுவராஜா'க்களெல்லாம் வந்ததாகவும் எழுதியிருந்தான். பெரிய தமாஷாக இருந்தது. விபரம் தெரியவில்லை. அதைப்பற்றி எழுதத் தோன்றினால் எழுதுங்கள்; இல்லையென்றால் வேண்டாம்.

அங்கே எல்லோரும் சௌக்கியமாக இருப்பீர்கள் என்று நினைக்கிறேன். தைலாம்பாள் படத்தைப் பார்க்கும்போது, அதுவும் முகத்தைத் தூக்கிக்கொண்டு பார்க்கிற கம்பீரமான பார்வையைப் பார்க்கும்போது, தங்கள் ஞாபகமே வருகிறது.

கட்டாயம் அவள் சிறுகதைகள் எழுதுவாள் என்று நினைக்கிறேன். நல்ல கிராமத்துப் பெயர்தான். இப்படிப் பெயர்கள் எனக்கு ரொம்பப் பிடிக்கும். என் குழந்தைகளுக்கும் ராமையா, கண்மணி என்றுதான் பெயர் வைக்க நினைத்தேன். ஆனால் மனைவியும் மற்றவர்களும் சுத்தக் கர்நாடக மாக இருக்கிறது என்று சண்டைக்கு வந்துவிடவே, கர்நாடகத்தைவிட்டுச் சற்று விலகி, நவநாகரிகத்தையும் தொட்டு விடாமல் ராமச்சந்திரன், ராதா என்று நாமகரணமிட்டு, ராமு என்றும் ராதிகா அல்லது பாப்பா என்றும் அழைத்து வருகிறோம்.

'குமாரபுரம் ஸ்டேஷ'னைப் பாராட்டி ஸ்ரீ நம்பிதான் முதல்முதலில் எனக்குக் கடிதம் எழுதினார். அப்புறம், குண்டக்கல், பொள்ளாச்சி போன்ற இடங்களிலிருந்து முன்பின் தெரியாதவர்கள் எழுதியிருந்தார்கள். குண்டக்கல்லி லிருந்து எழுதியவர் ஒரு ஸ்டேஷன் மாஸ்டர்; பெயர் சுந்தரராமன்! அவர் பாராட்டிய பகுதிகளில் ஒன்று, "பதினான்கு வருஷ வனவாசம்தான் ராமனை ராமனாக்கியது" என்பது. 'கல்கி'யிலும் யாரோ ஒரு ஆசாமியின் பாராட்டுக் கடிதம் வந்திருக்கிறது. பார்த்திருப்பீர்கள். இவ்வளவு பாராட்டப்பட்ட என் கதை இது ஒன்றுதான். இதை அம்மைவார்க்கு முன் எழுதி வைத்திருந்து பிரசுரிப்பார்களோ மாட்டார்களோ என்ற சந்தேகத்துடன் உள்ளே வைத்து விட்டேன் கதையில் வாலிபப் பெண் வரவில்லையல்லவா? 'கல்கி'யிலிருந்து கதை கேட்டபோது இதையே சொன்னேன். நண்பர் ஆத்மநாதன், நான் இப்படிச் சொன்னதற்காகச் சண்டைக்கு வந்துவிட்டார். கடைசியில் மூன்று மாதங்களுக்குப் பிறகு பிரதி செய்து அனுப்பினேன். 'தாமரை'யில் வந்த 'சந்திப்பு'ம் ஏறக்குறைய இதைப் போலவே எனக்குப் பிடித்திருந்தது. ஆனால் அதைக் கவனிப்பாரே இல்லை! சந்திப்பைவிட சாதாரண ஸ்டேஷன் பெரிதாகிவிட்டது! இதற்காகத் தாங்கள் சந்திப்பைப் படித்துப பார்த்து எனக்கு விமர்சனம் எழுதும் சிரமத்தை எடுத்துக்கொள்ள வேண்டாம்.

சென்னையில் எழுத்துலகப் பிரம்மாக்கள் என்றும்போல இருக்கிறார்கள் – நல்லது கெட்டது வித்தியாசம் தெரியாமல்! சிலர் மட்டும் விதிவிலக்காக இல்லாமல் போனால், தமிழில் எழுதுவதற்கே நாமெல்லாம் வெட்கப்படும்படி ஆகியிருக்கும்.

சமீபத்தில் நண்பர் முத்துசாமி கிராமத்திலிருந்து இங்கு வந்திருந்தார் – தம்முடைய பையனை ஒரு ஹைஸ்கூலில் சேர்க்க. இவரைப்பற்றித் தங்களிடம் கூறியிருக்கிறேன் என்று நினைக்கிறேன். மூன்று நாட்கள் ராமாயணத்தைப் பற்றிப் பேசிக் கொண்டிருந்தோம். ஒன்பது வருஷங்களுக்குப் பிறகு

நாங்கள் சந்தித்திருக்கிறோம். தங்கள் கதைகளையும், தாங்கள் மொழிபெயர்த்திருந்த மலையாளக் கதையையும் பிரமாத மாகப் பாராட்டிப் பேசினார். புளியமரம் அவரை appeal பண்ணவில்லை. "கதை முடியும்வரையில் பொறுத்திருந்து அப்புறம் அபிப்பிராயம் சொல்லுங்கள்" என்றேன்.

தங்கள் கதைகளைப் பத்திரிகைகளில் சீக்கிரமாக எதிர் பார்க்கிறேன். ரொம்ப நாளாகிவிட்டது தங்கள் கதை படித்து.

ஸ்ரீ கிருஷ்ணன் நம்பி சீக்கிரம் சென்னைக்கு வரக்கூடும் என்று தெரிகிறது. வரட்டும்.

இங்கே வேறு விசேஷமில்லை.

தங்களுக்குக் கடிதம் எழுதிய இதே கையோடு ஒரு கதையும் எழுதப் போகிறேன்; அதாவது என்னுடைய கடையைக் கவனிக்கப் போகிறேன்!

தங்கள் அன்புள்ள,
கு. அழகிரிசாமி

சுந்தர ராமசாமி

நாகர்கோவில்
11 ஆகஸ்டு 1960

அன்பார்ந்த நண்பர் அழகிரிசாமி அவர்களுக்கு,

நமஸ்காரம். தங்கள் கார்டு கிடைத்தது. மனைவியும் குழந்தையும் பிரசவ விடுதியிலிருந்து சுகமாக வீடு வந்தது அறிந்து மட்டற்ற மகிழ்ச்சி அடைந்தோம். புதுத் தம்பியைப் பார்த்து ராமுவும் ராதிகாவும் ரொம்பவும் சந்தோஷப்படுவார்கள். இது மட்டுமென்ன, எதை நினைத்தாலும் சந்தோஷப் படும்படியாகத்தானே இருக்கும் அவர்களுக்கு. அதிருஷ்டக் குழந்தைகள்! அருமையான இடத்தைத் தேடிக்கொண்டு உள்ளே நுழைந்து விட்டார்கள். அக்காள் ஆகிவிட்டதில் 'ராதிகா' கொஞ்சம் கர்வமாகத்தான் இருப்பாள். குழந்தைக்கு அருமையான பெயராகச் சூட்டவேண்டும். காதில் விழுந் தால் ஆஹா என்றிருக்க வேண்டும். இடைசெவல் பெயரும் வேண்டாம், மலேயாப் பெயரும் வேண்டாம். இரண்டுக்கும் நடுவில் புதிசாக ஒன்று. நான் சொல்லமாட்டேன். நீங்கள்தான் யோசிக்க வேண்டும். 'திரிவேணி' கதை எழுதினீர்களே, அந்த மனநிலையைத் தேடிக்கொண்டு யோசியுங்கள், உதயமாகும்.

கல்யாண அமர்க்களம் ஆரம்பமாகிக்கொண்டிருக்கிறது. உரல் இடிபட ஆரம்பித்துவிட்டது. ஆவணி பிறந்துவிட்டால் கடை மும்முரம் வேறு. நாலு நாட்கள் தாண்டிவிட்டால் இனிமேல் புரட்டாசியில்தான் மூச்சுவிட முடியும். எனினும் அவ்வப்பொழுதாவது எழுதிக்கொண்டிருக்கிறேன்.

நண்பர் நம்பி சென்னை வருகிறார்; நவசக்தியில் 'புரூப் ரீடர்' வேலை பார்க்க. பத்து வருடங்கள் இணை பிரியாமல் பழகிவிட்டு இப்போது பிரிவதில் வெறிச்சோடிப் போய்விடு கிறது. அவரை வழி அனுப்பி வைத்துவிட்டு இப்போதுதான் வந்தேன். தாங்கள் வேலை செய்கிற இடத்தில் அவருக்கும் வேலை கிடைத்திருப்பது மனதுக்கு ஒரு நிம்மதியைத் தருகிறது.

மனைவியும் குழந்தைகளும் இன்னும் வரவில்லை. ஆவணி பிறந்து வந்து சேருவார்கள். இன்றுகூடக் கடிதம் வந்தது. எல்லோரும் சுகம்.

அன்புள்ள,
சுந்தர ராமசாமி.

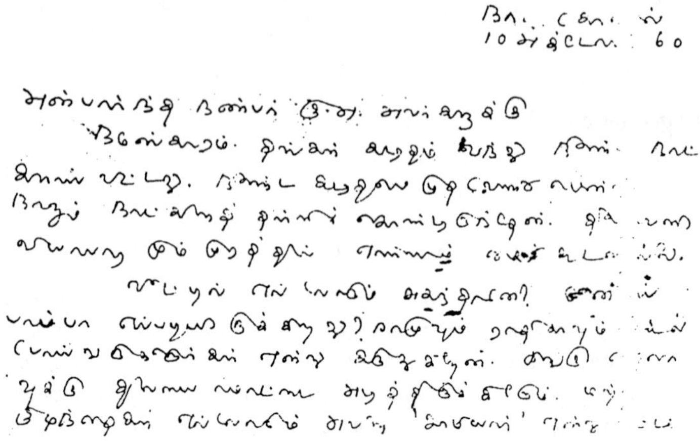

சுந்தர ராமசாமி

நாகர்கோவில்
10 அக்டோபர் 1960

அன்பார்ந்த நண்பர் கு.அ. அவர்களுக்கு,

நமஸ்காரம். தங்கள் கடிதம் வந்து நீண்ட நாட்களாகிவிட்டது. நீண்ட கடிதமெழுத வேண்டுமென்று நானும் நாட்களைத் தள்ளிக்கொண்டிருந்தேன். தீபாவளி வியாபார மும்முரத்தில் எண்ணம் கைகூடவில்லை.

வீட்டில் எல்லோரும் சுகந்தானே? சின்ன பாப்பா எப்படி யிருக்கிறது? ராமுவும் ராதிகாவும் ஸ்கூல் போய்வருகிறார்கள் என்று கருதுகிறேன். இங்கு தைலாவுக்கு தலையை மொட்டை அடித்திருக்கிறோம். மற்ற குழந்தைகள் எல்லோரும் அவளை 'சாமியார்' என்று பட்டப் பெயர் வைத்து அழைத்து வருகிறார்கள். அவளும் அதை மகிழ்ச்சியுடன் ஏற்றுக்கொள் கிறாள். சாந்தி, சாரு, கிளி எல்லோரும் சந்தோஷமாக இருக் கிறார்கள். அவர்கள் அப்பா வந்துவிட்டார் தில்லியிலிருந்து. (பாலாய் பேங்கு கோவிந்தா victim.)

தங்கள் பதிலை உடனடி எதிர்பார்க்கலாமே.

அன்புள்ள,
சுந்தர ராமசாமி.

நாகர்கோவில்
24 டிசம்பர் 1960

அன்பார்ந்த நண்பர் அழகிரிசாமி அவர்களுக்கு அநேக நமஸ்காரம்.

இரண்டொரு நாட்களுக்கு முன் நான் எழுதிய கடிதம் கிடைத்திருக்கும். இப்போது வேறு விஷயமாக இதை எழுது கிறேன்.

எனது மலையாள எழுத்தாள நண்பர்கள் சிலர் சேர்ந்து 'உலகக் கவிதைகள் – ஒரு தொகுப்பு' என்ற தலைப்பில் நூலொன்று தயாரித்துக்கொண்டிருக்கிறார்கள். உலகத்து மொழிகள் பலவற்றிலுமிருந்து தலைசிறந்த கவிதைகளைத் தேர்ந்தெடுத்து மலையாள மொழியில் வெளியிடுவதே அவர் களது நோக்கம். தமிழ் மொழியிலிருந்து ஐந்து கவிதைகளை இத்தொகுப்பில் சேர்க்க எண்ணுவதாயும், சங்க காலத்திலி ருந்து இன்றுவரையிலும் பிறந்துள்ள கவிதைகளில் எந்தக் காலத்தைச் சேர்ந்ததாகவும் அது இருக்கலாம் என்றும் கவிநயம் ஒன்றையே அடிப்படையாகக் கொண்டு யாருடைய கவிதையை வேண்டுமென்றாலும் ஏற்றுக்கொள்ளத் தயாராக இருப்பதாயும் அவர்கள் எனக்கு எழுதியிருக்கிறார்கள். இதை என்னால் செய்ய இயலாது என்பதைச் சொல்லத் தேவையில்லை. தமிழ் இலக்கியத்திலிருந்து தங்கள் கருத்துப் படி ஐந்து மணியான கவிதைகளைத் தேர்ந்து அவற்றைக் குறித்தனுப்பக் கோருகிறேன். பாடல்களின் முதலடியை எழுதினால் போதுமானது. மூலப் புத்தகத்திலிருந்து அக்கவி தைகளை நான் நகல் எடுத்து அனுப்பிவைத்துக் கொள் கிறேன். பிரஸ்தாபக் கடிதம் எனக்கு வந்து பத்து நாட்களாகி விட்டன. Reminder ஒன்றும் வந்துவிட்டது. நான் தங்களி டம் ஆலோசனை கேட்டிருப்பதாக இன்று அவர்களுக்கு எழுதியிருக்கிறேன். அதில் சம்பந்தப்பட்டுள்ளவர்கள் அத் தனை பேரும் எனக்கு வேண்டியவர்கள். ஆர்வத்தால் இதில் ஈடுபட்டிருப்பவர்கள். தாங்கள் விரைவில் இதை எனக்கு எழுதுவீர்கள் என்று கருதுகிறேன். புதன் வியாழனுக்குள் தங்கள் பதில் கிடைத்துவிடுமென்று எதிர்பார்க்கிறேன் இங்கு எல்லோரும் சுகம்.

அன்புள்ள,
சுந்தர ராமசாமி.

சுந்தர ராமசாமி

நாகர்கோவில்
20.02.1961

அன்பார்ந்த நண்பர் அழகிரிசாமி அவர்களுக்கு,

அநேக நமஸ்காரம்.

தங்களிடமிருந்தே பதில் வராமல் ஆகிவிட்டதே! என்ன விஷயம்? உடலுக்கு ஒன்றுமில்லையே? குழந்தைகள் எல்லோரும் சுகந்தானே?

திருக்குற்றாலத்துக்குத் தாங்கள் வராதது பெரிய ஏமாற்றமாகப் போய்விட்டது. எனக்கு மட்டுமல்ல; எல்லோருக்கும். அழகிரிசாமி ஏன் வரவில்லை என்ற கேள்வி என் காதிலேயே பத்துப் பதினைந்து தடவை விழுந்தது. தாங்கள் வரப்போகிற செய்திக்கு நடராஜன் ரொம்பவும் பப்ளிஸிட்டி கொடுத்திருந்தார் போலிருக்கிறது. வராத காரணத்தைத்தான் யாராலும் சொல்ல முடியாமல் போய்விட்டது. இப்போது எனக்கு நிறைய ஓய்விருக்கும் சமயம். மாலை வேளைகளில் ஊர் சுற்றுகிறேன். நிறையப் படிக்கிறேன். இரு தினங்களுக்கு முன் யதேச்சையாக 'அமெரிக்காவிலே' என்ற தங்களுடைய மொழிபெயர்ப்பு நூல் கைக்குத் தட்டுப்படவே நடுவிலிருந்து இரண்டு பக்கங்கள் படிக்க ஆரம்பித்து அப்படியே முழுதும் படித்து முடித்தேன். எனது லைப்ரரிக்கு வாங்கிய முதல் புத்தகம் அதுதான் என்ற நினைவு. மிக அருமையாக மொழி பெயர்த்திருக்கிறீர்கள், அந்தக் காலத்திலேயே!

குற்றாலத்தில் நண்பர் ராஜநாராயணனை சந்தித்துப் பேசிப் பழகும் வாய்ப்புக் கிடைத்தது. தங்களுடைய பழைய நண்பர் சண்முகசுந்தரம் விடிய விடிய ரசமான கதைகள் சொன்னார். இரவு பூராவும் கண்ணைக் கொட்டவில்லை என்று சொன்னால் அதில் சிறிதும் உயர்வு நவிற்சி இல்லை.

நண்பர் ரகுநாதன் விரைவிலேயே சென்னை வரப்போவதாகவும், 'தாமரை' ஆபிஸில் வேலைக்கு அமரப்போவதாகவும் சொன்னார். இங்கு குழந்தைகள் எல்லோரும் சுகம். சௌந்தராவுக்குப் புதுக் குடை வாங்கியிருக்கிறது. மழை பெய்கிற நாளெல்லாம் புதுக் கூடையை நனைக்க மாச்சப்பட்டு அவள் ஸ்கூலுக்குப் போவதில்லை.

அன்புள்ள,
சுந்தர ராமசாமி.

சுந்தர ராமசாமி

நாகர்கோவில்
19 ஜூலை 1961

அருமை நண்பர் அழகிரிசாமி அவர்களுக்கு,

அநேக நமஸ்காரம். க்ஷேமம். க்ஷேமத்துக்கு எழுதவும்.

'நீங்கள் என்ன கென்னடியா?' என்று நண்பர் ராஜநாராயணன் என்னைக் கேட்டிருந்தார், முன்னால் எழுதிய ஒரு கடிதத்தில். கென்னடிக்குப் பல் தேய்த்துவிடத் தனியாக ஆள் உண்டு, எனக்குக் கிடையாது என்பதுதானே பதில்?

கல்யாண சீஸனில் எனக்கு ஏது ஓய்வு? காலையில் ஒன்பது மணிக்குக் கடைக்கு வந்து, தெருவிளக்கு அணையும் போது வீட்டுக்குப் போனால் பின்னால் கடிதம் எழுத நேரத்தை யாரிடமிருந்து பிடுங்குவது? முன்னொரு சமயம் அரசியல் ஆர்ப்பாட்டங்கள் காரணமாக இந்தப் பகுதியில் மாலை 6 மணிக்கு மேல் ஆள் நடமாட்டம் கூடாது என்று curfew இருந்தபோது நாங்கள் மாலையில் ஐந்து மணிக்குக் கடையை இழுத்துப் பூட்டிவிட்டு வீட்டுக்கு ஓடிவிடுவோம். இந்த 'சொர்க்கம்' ஒரு மாதத்துக்குத்தான் இருந்தது. அரசியல் வாதிகளைத்தான் தெரியுமே! தொடர்ந்து ஒரு காரியத்தைச் செய்தார்கள் என்பது உண்டா அவர்கள் அகராதியில்! துணி வாங்க வருகிறவர்களும் விசித்திரப் பிறவிகள்தான். சினிமா இரண்டாவது காட்சிக்குச் சென்றுவிட்டு, சலூனில் ஏறி சவரம் செய்துகொண்டு, துண்டு வாங்க ஜவுளிக் கடைக்கு வரும் பிரகிருதிகளும் இருக்கத்தானே செய்கிறார்கள்! இதெல்லாம் எதற்கு எழுதுகிறேன் தெரியுமா? எல்லாம் தெரிந்த கதைதானே? இந்தப் பாட்டுத்தானே எப்போதும்.

நவசக்தி வார மலர் வந்துகொண்டிருந்தபோது தங்களுக்கு night duty கிடையாது. இப்போது சிரமமாகத்தான் இருக்க வேண்டும். சுகமாகத் தூங்க வேண்டிய வேளையில் தந்தியை மொழிபெயர்த்துக்கொண்டிருப்பது கஷ்டமாகத்தான் இருக்கும். ஐ.நா. செய்திகளை அவ்வளவு அவசரமாகத் தெரிந்து கொண்டு நம் ஜனங்கள் என்ன செய்யப்போகிறார்கள்? எல்லோரும் தினசரி பல் தேய்த்துக் குளிக்கட்டும். அப்புறம் பார்த்துக்கொள்ளலாம் அதெல்லாம்.

இங்கே மழை எப்படிப் பெய்தது என்கிறீர்கள்? போடு போடென்று போட்டுவிட்டது.

சென்னையில் இந்த வருடம் கோடை அவ்வளவு கடுமையாக இல்லை என்று நினைக்கிறேன்.

சாருகேசி இப்போது சென்னையில் இருக்கிறாள். தியாக ராய நகரில். அவளுடைய அப்பாவுக்கு அங்குதான் வேலை. கிளியும் என் அக்காவும் அங்குதான் இருக்கிறார்கள். சாரு ஒண்ணாம் கிளாஸில் சேர்ந்திருக்கிறாளாம்.

இங்கு எல்லோரும் சுகம். சௌந்தரா ஸ்கூலுக்குப் போகிறாள். ஒண்ணாம் கிளாஸு. போன வருஷம் ½ கிளாஸு. தைலாவுக்குப் பேச்சு நன்றாக வரவில்லை. அவ்வப்போது ஏதாவது பேசுவாள். யாருக்கும் ஒன்றும் புரியாது. 'மௌனி' நடை மாதிரி இருக்கும்!

பின்னால் தங்களுடைய சிறுகதைகளையே காணோமே! நாவல் எப்போது எழுதப் போகிறீர்கள்? இந்த வருடம் அவசியம் எழுதுங்கள். சுயசரிதம் எழுதிவிட்டால் போருமே, கதாநாயகன் பெயரை மட்டும் மாற்றிவிட்டு! எங்களுக்கெல்லாம் என்ன அனுபவம் இருக்கிறது?

திருவனந்தபுரத்தில் டி.கே. துரைஸ்வாமி என்று எனக்கு ஒரு நண்பர் இருக்கிறார். 'எழுத்து' இதழ்களில் தாங்கள் அவருடைய கதை கட்டுரைகளைப் பார்த்திருக்கக் கூடும். க.நா.சுவுக்கும் நெருங்கிய நண்பர். அருமையான இலக்கிய ரசிகர். தாங்கள் எழுத ஆரம்பித்த காலத்திலிருந்து தங்களுடைய சிருஷ்டிகளை ஒன்றுவிடாமல் (உங்களுடைய complete works அவரிடம் இருக்கிறது) படிப்பவர். இப்போது திருவனந்தபுரத்தில் அவரைச் சந்தித்து நாள் முச்சூடும் பேசிக்கொண்டிருந்தேன். தங்கள் சிருஷ்டிகளைப் பற்றி அவருக்கு மிக உயர்ந்த அபிப்பிராயம். இதில் ஆச்சரியப்படும்படி ஒன்றுமில்லை. அவருக்கு இலக்கிய ரசனை நிறைய இருக்கிறது. அவ்வளவுதான். அதுவும் இல்லாவிட்டால் அவரைப் பற்றி நமக்கென்ன? எதற்கு எழுதுகிறேன் என்றால், உங்களைப் பற்றியெல்லாம் அவரிடம் பேசிக்கொண்டிருந்தபோது 'அவர் ஒரு நாவல் எழுதலாமே' என்று சொன்னார். யாருக்குமே அந்த எண்ணம் தோன்றத்தான் செய்யும். இந்த வருடமே அற்புதமாக ஒரு நாவலை எழுதி முடியுங்கள்.

இந்த மாதம் நானும் இரண்டொரு கதைகள் எழுதலாம் என்று எண்ணிக்கொண்டிருக்கிறேன். ஆடி மாதம் அல்லவா? நிறைய ஓய்வு இருக்கும். மீண்டும் புரட்டாசி மாதம் அதிக வேலை இராது. அதாவது அமங்கல மாதங்களில்தான் எனக்கு

விச்ராந்தி உண்டு. அமங்கல மாதங்கள் எவை என்பது தங்களுக்குத் தெரிந்திருக்குமே. தங்களுக்குத் தெரியாவிட்டாலும் தங்கள் தாயாரிடம் கேட்டால் சொல்லுவார்கள். நண்பர் ராஜநாராயணனையும் நடராஜனையும் இங்கு வரச்சொல்லி கடிதம் எழுதப்போகிறேன். வரத் துடித்துக்கொண்டிருக்கிறார்கள். நான்தான் வேலை நெருக்கடியைக் கருதி 'தடை உத்தரவு' போட்டு வைத்திருந்தேன்.

வேறு என்ன? தங்கள் அன்பின் பதில்.

சாரங்கனை மறந்தே போனேன். அவன் எப்படி இருக்கிறான்? அவனுக்குப் பல் முளைத்துவிட்டதா? முளைத்துவிட்டதென்றால் எத்தனை பல் முளைத்திருக்கிறது?

அன்புள்ள,
சுந்தர ராமசாமி.

ராமு, ராதிகாவுக்கு,

உங்கள் இருவருடைய கையெழுத்தைப் பார்த்து ரொம்பவும் சந்தோஷப்பட்டேன். ராதிகாவின் கையெழுத்தைப் பார்த்தால் அவள் டாக்டராக வருவாள் என்று தோன்றுகிறது. அவ்வளவு அலட்சியமாகப் போட்டிருக்கிறாள். ராமு என்ற பெயர்தான் சௌந்தராவுக்குப் பிடித்ததாம். சௌந்தரா இன்னொரு நாள் உங்கள் இரண்டு பேருக்கும் தனித்தனியாகக் கையெழுத்துப் போட்டு அனுப்புவாள். சௌந்தராவுக்குப் படம் போடத் தெரியும். குருவி படம் போடுவாள். காக்காய் பறக்கிற படம் போடுவாள். அவளுடைய அம்மா கண்ணாடி போட்டுக்கொண்டிருக்கும் படம் போடுவாள். அவளைப் படம் போட்டு உங்களுக்கு அனுப்பச் சொல்கிறேன். சுந்தர மாமாவை நீங்கள் இன்னும் ஞாபகம் வைத்துக்கொண்டிருக்கிறீர்களா? தீபாவளி அன்று நான் உங்கள் வீட்டுக்கு வருகிறேன். ஒரு டப்பா நிறைய லாடுவும் கொண்டு வருவேன். நாம்பள் மூன்று பேரும் திங்கலாம்.

சுந்தர மாமா.

சுந்தர ராமசாமி

நாகர்கோவில்
26 செப்டம்பர் 1961

அன்பார்ந்த நண்பர் அழகிரிசாமி அவர்களுக்கு,

நமஸ்காரம்.

தங்கள் கடிதம் கிடைத்து ஒரு வாரம் இருக்கும். நான் திருவனந்தபுரத்துக்குப் புறப்பட்டுக்கொண்டிருந்த நேரம் அது. கடிதத்தை நான் படித்துவிட்டு எங்கள் குடும்பத்தாரிடம் கொடுத்தேன். எல்லோருக்கும் ஒரே சந்தோஷம். அதை இப்போது சொல்ல முடியாது. டெலிவிஷன் இருந்து பார்த்தால் தெரியும். கையோடு ஒரு கடிதம் எழுதிப் போட்டு விட்டுத் திருவனந்தபுரம் செல்ல எண்ணினேன். சமய சந்தர்ப்பம் இடம் தரவில்லை. நேற்றுத்தான் மீண்டும் ஊர் வந்து சேர்ந்தேன். இங்கும் திருவனந்தபுரத்திலும் தங்கள் பெயரைக் கேள்விப்பட்டிருப்பவர்கள் எல்லோருக்கும் தங்களுக்கு நாலாவது பெண் குழந்தை பிறந்திருப்பது தெரியும். பெயர் பாரதி என்பதும் பிரசித்தமாகிவிட்டது.

பாரதி என்பது ஒரு கனவுலகப் பெயர். செப் 11–ம் தேதி பிறந்திராவிட்டாலும்கூட, மகான் சுப்ரமண்ய பாரதியார் தமிழ் மண்ணில் அவதரித்திராவிட்டாலும்கூட ரொம்பவும் அருமையான பெயர். சொல்லப்போனால் பாரதி என்ற பெயரில் கவி பாரதியின் நிழல் வீசாமல் இருந்தால் இன்னும் நன்றாக இருக்கும். அதிலும் பாரதி என்பது பெண்களுக்குத்தான் ஏற்ற பெயர்; ஆண்களுக்கு அல்ல. ஏன் இதையெல்லாம் சொல்கிறேன் என்றால் மலையாளத்தில் பெண்களுக்கு இந்தப் பெயரை சகஜமாகச் சூட்டுவார்கள். நான் கொடுமலையாளத்தில் படித்துக்கொண்டிருந்த காலத்தில் பாரதி என்ற பெயருள்ள ஒரு பெண்ணைப் பார்த்து அந்தப் பெயருக்காகவே அவளைக் காதலித்தேன். அப்போது எனக்கு ஒன்பது அல்லது எட்டு வயசிருக்கும். Bhaரதி என்று அவளுடைய அப்பா கூப்பிடுவது இப்போதும் காதில் விழுந்துகொண்டிருக்கிறது.

நிற்க. தங்கள் அருமைக் குமாரி பாரதிக்கு எங்கள் மனமுவந்த ஆசீர்வாதம்

அன்புள்ள,
சுந்தர ராமசாமி.

சுந்தர ராமசாமி

சுந்தர விலாஸ்
ராமவர்மபுரம்
நாகர்கோவில்
7 டிசம்பர் 1963

அருமை நண்பரவர்களுக்கு நமஸ்காரம்.

இந்தக் கடிதம் எழுதும்போது தாங்கள் பம்பாயில் இருக் கிறீர்களா அல்லது ஊர் திரும்பிவிட்டீர்களா என்பது தெரிய வில்லை. 'கவிச் சக்கரவர்த்தி' வெளியீட்டு விழா கோலாகல மாக நடந்தேறியிருக்குமென்று கருதுகிறேன். அதைவிடவும் நான் முக்கியமாகத் தெரிந்துகொள்ள ஆவலோடு இருக்கும் விஷயம் மேடை அரங்கேற்றம் எவ்வாறு இருந்தது என்ப தையே. விறுவிறுப்பான கதைபோல் அல்ல இது. ரசிகர் களைத் திருப்திப்படுத்த முடிந்ததா? மேடையில் வெற்றிகர மாக அமைந்துவிட்டது என்ற சந்தோஷமும் திருப்தியும் தங்களுக்கே ஏற்பட்டிருக்கிறதா? பிரயாண அலுப்பைத் தீர்த்துக்கொண்ட பின் சாவகாசமாக இதுபற்றியும் தங்களு டைய பம்பாய்ப் பயணத்தைப் பற்றியும் எனக்குச் சற்று விரிவாகவே எழுதுவீர்கள் என்று எண்ணுகிறேன். நாடக நூலைப் படித்துப் பார்த்த பின்னர் நான் எனது அபிப்பிரா யத்தை எழுதுகிறேன்.

வீட்டில் எல்லோரும் சௌக்கியம்தானே? குழந்தைகள் என்னை நினைவில் வைத்துக் கொண்டிருக்கிறதா? எனக்கு அவர்கள் ஒவ்வொருவருடைய முகமும் மனக் கண்ணில் வருகிறது, இதை எழுதுகிறபோது.

வேறு விசேஷமொன்றுமில்லை. இங்கு எல்லோரும் சுகம்.

அன்புள்ள,
சுந்தர ராமசாமி.

கு. அழகிரிசாமி

சென்னை
25.7.64

அன்புமிக்க நண்பரவர்களுக்கு,

நமஸ்காரம்.

சென்ற டிசம்பருக்குப் பிறகு தங்களிடமிருந்து கடிதமே இல்லை. எனக்கும்கூட தங்கள் விலாசம் எழுதும்போது, ஞாபக மறதியால் சிறிது தள்ளாடியது. விலாசம் அரைகுறை யாக மறந்துவிட்டது! எப்படி?

இப்பொழுது திடீரென்று ஏன் எழுதுகிறேன் என்று தங்களுக்கு வியப்பாக இருக்கக்கூடும்.

நேற்றும் இன்றும் "புத்தம் வீடு" என்ற நாவலைப் படித் தேன். இந்த நாவலின் கையெழுத்துப் பிரதியைத் தாங்கள் பாராட்டியதன் பேரில்தான் ஸ்ரீ முத்தையா அச்சுப்போட எடுத்துக் கொண்டார் என்ற விபரத்தையும் அவர் வாய் மொழி மூலமாகவே அறிந்துகொண்டேன்.

நாவல் உண்மையிலேயே நன்றாக இருந்தது. அதைவிட "சுகமாக" இருந்தது என்றால் அதிகப் பொருத்தமாக இருக்கும். நாங்குநேரிக்குத் தெற்கிலும் நாகர்கோவிலுக்கு வடக்கிலும் உள்ள பிரதேசத்தின் ஒரு கிராமத்தையே தூக்கி இந்த நாவலில் வைத்தது போல் இருக்கிறது. பனைவிளை கிராமம், பனையேற்று, கருப்பட்டி காய்ச்சுதல், ஓதேயி (உபதேசியார்), லண்டன் மிஷன், கிறிஸ்தவ நாகரிகம் – இப்படித் தத்ரூபமான படப்பிடிப்பு. ஆசிரியையின் நடை மிகமிக நாசூக்காக இருக் கிறது. இது அவருடைய முதல் நாவல் என்றால் மிகமிகப் பாராட்ட வேண்டும். பாஷையில் தங்களுடைய நடையின் சாயல், பிரத்தியேகப் பிடிகள், நளினங்கள் – இவையும் பிரதிபலிக்கின்றன. மொத்தத்தில் தெற்கத்திச் சீமை மணத்தை இரண்டு நாட்கள் அனுபவித்தேன். இப்படிப்பட்ட ஒரு சுதேசிச் சரக்கை நாங்களும் அனுபவிப்பதற்குச் சிபாரிசு செய்த தங்களுடைய கைங்கரியம் பாராட்டுக்குரியதே.

இங்கே வேறு விசேஷமில்லை. கடந்த ஒரு வாரமாக வீட்டிலேயே லீவில் இருக்கிறேன். 4 நாட்கள் ஜுரம். அதன்

பின் ஓய்வு. திங்கட்கிழமை ஆபீஸ் போகிறேன். இப்போது சில மாதங்களாக எனக்கு Night Duty கிடையாது. இது ஒன்றுதான் மாறுதல்!

நாங்கள் சௌக்கியமே. தாங்களும் வீட்டில் அனைவரும் சௌக்கியம் என்று நம்புகிறேன். தாங்கள் எழுத்து வேலையை ஏன் அறவே நிறுத்திவிட்டீர்கள்?

அன்புள்ள,
கு. அழகிரிசாமி.

சுந்தர ராமசாமி

நாகர்கோவில்
29 ஜூலை 1964

அன்புள்ள நண்பர் ஸ்ரீ அழகிரிசாமி அவர்களுக்கு,

நமஸ்காரம்.

ரொம்ப நாட்களுக்குப் பின் தங்கள் கையெழுத்தைப் பார்த்ததில் ஒரே சந்தோஷம். 'புத்தம் வீடு' நாவலைப் படித்துப் பார்த்து அபிப்பிராயம் எழுத வேண்டுமென்று உங்களுக்கு எழுத எண்ணிக்கொண்டிருந்தேன். அந்த நாவல் உங்களுக்கு மிகவும் பிடிக்கும் என்று எனக்கு முன்கூட்டி ஒரு அனுமானம் பலித்துவிட்டது. இன்று தங்கள் பாராட்டைத் திருவனந்தபுரத் திற்கு அனுப்பிவிட்டேன். படித்துப் பார்த்ததும் ஒரே கோலா கலமாகப் போய்விடும் ஜேசுதாசன் வீட்டில். கணவனும் மனைவியும் ரொம்பவும் சந்தோஷப்பட்டுக்கொள்வார்கள். எல்லாம் ஏசுநாதர் ஆசிர்வாதம் என்று எண்ணி மாதா கோவிலுக்குப் புறப்பட்டுவிடுவார்கள்! அந்த அம்மாள் இது போன்ற ஒரு நாவலை எழுதியது ஏசுவின் ஆசிர்வாதத்தி னால்தான். சந்தேகமில்லை.

நானும் நண்பர் நம்பியும் தங்களுடைய ஊருக்கு விஜயம் செய்யப்போகிறோம். ஆகஸ்டு 9 அல்லது 10க்குப் போவதாகத் தீர்மானம். நண்பர் ராஜநாராயணனுடைய அதிதியாக அங்கு ஒரு நாள் தங்கிவிட்டு, அப்படியே தென்காசி சென்று முதலி யார் அவர்களைப் பார்த்துவிட்டு, அந்தச் சமயத்தில் ஜலதோ ஷமோ தலைவலியோ முதுகு வலியோ இதர வலிகளோ இல்லாமலிருந்தால் குற்றாலத்தில் ஒரு அருவி பாய்கிறதாமே, அதிலும் தலையைக் காட்டிவிட்டு வரலாம் என்று ஒரு கனவு.

எழுத்து வேலையை அறவே விட்டுவிட்டீர்களா என்று கேட்கிறீர்கள். நல்ல கேள்வி கேட்டீர்கள். அப்படியே நினைத்துக் கொண்டிருங்கள். போகப் போக அசந்து போவீர் கள். தூக்கமல்ல. பதுங்கியிருக்கிறேன், பாய்வதற்கு. தங்கள் நித்திரை என்று கலையுமோ? பனவிளையை மட்டுமல்ல; இடைசெவலையும் பெயர்த்துக் காகிதத்தில் வைக்க முடியும். எத்தனை தரம்தான் இதைத் தங்களுக்குச் சொல்வது? நான் இனிமேல் இதுபற்றிச் சொல்ல மாட்டேன்.

புளியமரம் எழுதி முடித்து நகல் எடுத்துக்கொண்டிருக்கிறேன். இப்போது ஒரு வருஷமாக ஒரே சோர்வு; வியாகூலம், கவலை எனக்கு. எழுதவில்லையே, எழுதவில்லையே, நாள் எல்லாம் எழுதாமல் போகிறதே என்று. இப்போது ஒரு மாதமாகத் தொடர்ந்து வேலை செய்ததில் தசமூலாரிஷ்டம் ஒரு ஆவர்த்தனம் சாப்பிட்டது போலிருக்கிறது. அங்கு குழந்தைகளுக்கு என் நினைவுண்டோ? ராமுவும் ராதிகாவும் ஒரு நாளும் என்னை மறக்கமாட்டார்கள். ராதிகா பவுடர் பூசிக் கொண்டு புது கவுனோடு நிற்பது கண்ணில் நிற்கிறது. இங்கு சௌந்தரா, தைலா எல்லோரும் சுகம்.

இப்போது உடம்பு எப்படி இருக்கிறது? இலக்கிய வட்டத்தில் தங்கள் எழுத்தைக் காணோமே!

அன்புள்ள,
சுந்தர ராமசாமி.

பி.குறிப்பு : நண்பர் பார்த்தசாரதிக்கு 'புத்தம் வீடு' நாவலை சிபாரிசு செய்யவும். அவர் படித்துப் பார்க்க வேண்டியது மிகவும் அவசியம் அல்லவா?

கு. அழகிரிசாமி

சென்னை,
20.5.65

அன்புமிக்க நண்பரவர்களுக்கு,

நமஸ்காரம்.

இந்தக் கடிதத்தை விரிவாக எழுத நேரமில்லை. ஆனால் தங்களைப்பற்றி விரிவாக நினைப்பதற்கும், இங்குள்ள நண்பர்களுடன் விரிவாகப் பாராட்டிப் பேசுவதற்கும் நேரம் நிறைய இருக்கிறது. அந்த வரையில் எனக்குத் திருப்திதான்.

நிற்க. தமிழ் எழுத்தாளர் கூட்டுறவு சங்கம் வெளியிடும் 1963-ம் வருஷத்திய சிறுகதைகள் தொகுப்புக்குத் தங்கள் கதை இன்னும் வந்து சேரவில்லை என்று காரியதரிசி ஸ்ரீ சோமசுந்தரம் சொன்னார். ஏன் அனுப்பவில்லை? நாங்கள் அனுப்பிவிட்டோம். தங்கள் கதை இல்லாமல் ஒரு தமிழ்ச் சிறுகதைகளின் anthology வெளிவருவதா? அவசியம் அனுப்ப வேண்டும். உடனே 1963 அல்லது 1964-ல் வெளிவந்த தங்கள் சிறந்த சிறுகதையை அவர் விலாசத்துக்கு மறந்துவிடாமல் அனுப்புங்கள். அனுப்பியாக வேண்டும் என்று வற்புறுத்திக் கேட்டுக்கொள்கிறேன்.

"முட்டைக்காரி" அபாரம்! கதையின் டெக்னிக் மிகவும் அற்புதம். மேல்நாட்டுக் கதைகள் மாதிரி இருக்கிறது. கதைக்கு "ஓலைக் கூடை" என்று பெயர் கொடுத்திருந்தால் மிகவும் பொருத்தமாக இருந்திருக்கும். அந்தக் கூடைதானே ஐயரை ஆட்டிப்படைக்கிறது!

பிற பின்.

அன்புள்ள,
கு. அழகிரிசாமி.

சுந்தர ராமசாமி

நாகர்கோவில்
24 மே 1965

அன்புள்ள நண்பர் ஸ்ரீ அழகிரிசாமி அவர்களுக்கு,

நமஸ்காரம்.

வெகு காலத்துக்குப் பின் தங்களிடமிருந்து வந்து சேர்ந்த நீளக் கடுதாசி மிகுந்த சந்தோஷத்தை அளித்தது. கதை அனுப்பாததில், பின்னால் இப்படி ஒரு சந்தோஷம் கிடைக்கும் என்று அப்பொழுது தெரியாது.

கூட்டுறவு சங்கத்தாரிடமிருந்து எனக்கு ஒன்றுக்கு மூன்று கடிதங்கள் வந்தன. வேண்டுமென்றேதான் நான் கதை அனுப்பி வைக்கவில்லை. அதற்குக் காரணங்கள்.

(1) 1963–ல் நான் எழுதியுள்ள ஒரே ஒரு சிறுகதை எந்த அந்தாலஜியிலும் சேர்ப்பதற்கு யோக்கியதை உள்ளதல்ல.

(2) வருடத்தைக் கொஞ்சம் முன் பின் வைத்துக்கொள்ளலாம் என்றால் அந்தாலஜிஸ்ட் யார் என்பது தெரியாததால் தொகுதியின் தரம் எப்படி அமையுமென்பதை என்னால் அனுமானிக்க முடியவில்லை. டி.கே.சி சொல்லியிருப்பது போல் 'ஜமுக்காளத்தை நெடு நீளமாக விரித்துவிடுவார்களோ' என்று சந்தேகப்பட்டேன். இதுபற்றி அவர்களிடம் கேட்பது இங்கிதமல்ல என்று கருதி மௌனம் சாதித்துவிட்டேன். தாங்கள் கதை அளித்திருக்கிறீர்கள் என்பது சந்தோஷம்தான். இன்னும் வேறு யார் யார் அளித்திருக்கிறார்கள்? அல்லது இலக்கியத் தரத்தை வாங்கிக்கொண்டு தயாரிக்கப்படும் தொகுதிதானா? தங்கள் பதில் எதிர்பார்க்கிறேன். 1964இல் நான் எழுதியுள்ள ஒரே கதையும் மிகவும் நீளமானது. முட்டைக்காரியைத் தரலாம். ஆனால் அவள் 1965. மேலும் அவ்வளவு 'சுத்த'மானவளும் அல்ல. 'பக்த துளசி' என்று ஒருத்தி இருக்கிறாள். இவள் ஜனனம் 1964 டிசம்பர். மிகவும் சின்னவள். ஒழுக்கமும் மேற்படிதான். அப்பொழுது 1963க்குப் பின்னால் போக வேண்டும் போலிருக்கிறது. தங்கள் பதில் பார்த்து எதையாவது ஒன்றை அனுப்பி வைக்கிறேன்.

அன்புள்ள,
சுந்தர ராமசாமி.

கு. அழகிரிசாமி

சென்னை,
25.8.65

அன்புமிக்க நண்பரவர்களுக்கு,

நமஸ்காரம்.

டி.கே.சி. நிறைநாள் விழாவில் தங்கள் பிரசங்கம் நடைபெறுவதாக அழைப்பிதழ் மூலம் அறிந்தேன். விழா சிறப்பாக நடந்திருக்கும்; தாங்களும் சிறப்பாகப் பேசியிருப்பீர்கள். நண்பர் கூட்டத்துடன் இரண்டு நாட்கள் பொழுதும் சிறப்பாகக் கழிந்திருக்கும். இதெல்லாம் கொடுத்து வைத்திருக்க வேண்டுமே! சென்னையில் கிடந்து ஏங்கி என்ன பலன்? ஆனால் ஒன்று, ஒரு பத்து நாட்களுக்கு முன் இந்த விழாத் தேதி தெரிந்திருக்கும் என்றால், நான் நிச்சயம் வந்திருப்பேன். ஏனென்றால் இப்போது நான் ஒருமாத லீவில் இருக்கிறேன். செப்டம்பர் 19–ம் தேதி வரை லீவ் நீடிக்கிறது. ஓய்வு எடுப்பதற்காக இந்த லீவ் போட்டிருக்கிறேன். Editor வேலை பார்த்து நான் பொறுப்புகளையும் கவலைகளையும் சொல்லிக் கொண்டே ஓய்வொழிச்சல் இல்லாத பரபரப்போடு இருந்தாலும் நிம்மதி கிடையாது, இது எனது இரண்டாவது இயற்கையாகிவிட்டது. இதன் காரணமாகத்தான் சென்ற அக்டோபர் நவம்பரில் ஒரு 40 நாட்களும், அப்புறம் மார்ச் மாதத்தில் ஒரு 15 நாட்களும் யாதொரு நோயுமில்லாமலே ஜுரத்தில் கிடந்து மீண்டேன். தீபாவளியன்று செத்தேனோ பிழைத்தேனோ என்று ஆகிவிட்டது. இந்த வருஷமும் “அந்தத் தீபாவளி” வந்துவிடக் கூடாது என்று முன்கூட்டியே ஒரு மாத லீவு போட்டுவிட்டு ஒரு வாரமாக வீட்டில் இருக்கிறேன். செப்டம்பர் தொடக்கத்தில் எங்காவது ஊர்வழி சென்று சுற்றி வந்தால் லீவு எடுத்ததன் பயன் தீர்மானமாகக் கிட்டும். சமயம் வாய்த்தால் முன்னறிவிப்புக் கொடுத்துவிட்டு, இடைசெவல், தென்காசி, நாகர்கோவில் பக்கம் வந்தாலும் வருவேன்.

இங்கே நாங்கள் எல்லோரும் சௌக்கியம். பாரதி நன்றாகப் படம் போடுகிறாள். முக்கியமாக மாமி படம்! ராதிகா கவிமாரி பொழிகிறாள். தாங்கள் ஒரு பத்திரிகை தொடங்கினால், வேண்டிய கவிதைகள் சப்ளை செய்யலாம்! நான்

கொடுத்த கடைசி அடியை வைத்து அவள் எழுதிய ஒரு பாட்டு பின்வருமாறு:

சீதா நடப்பது ஒயிலா(ய்)
தேவி பாடுவது குயிலா(ய்)
தங்கச்சி ஆடுவது மயிலா(ய்)
சௌந்தரம் தங்கை தைலா!

எப்படி! இப்படி எத்தனையோ! விரிக்கிற் பெருகும்! சௌந்தரமும் தைலாவும், மற்றும் அனைவரும் சௌக்கியம் தானே?

அன்புள்ள,
கு. அழகிரிசாமி

சென்னை, 1.9.65.

அன்புமிக்க நண்பரவர்களுக்கு,
நமஸ்காரம்.
நேற்று ராஜநாராயணனிடமிருந்து வந்த கடிதத்தில் கண்ட செய்தி அறிந்து வீட்டோடு திடுக்குற்றோம். தங்கள் குழந்தை மீது லாரி மோதிவிட்டதாகவும், அவள் பிழைத்தது மறுபிழைப்பாகப் போய்விட்டது என்றும் எழுதியிருந்தான். என்ன விவரம்? எப்பொழுது
இப்பொழுது குழந்தை சௌக்

கு. அழகிரிசாமி

சென்னை,
1.9.65

அன்புமிக்க நண்பரவர்களுக்கு,

நமஸ்காரம்.

நேற்று ராஜநாராயணனிடமிருந்து வந்த கடிதத்தில் கண்ட செய்தி அறிந்து வீட்டோடு, திடுக்குற்றோம். தங்கள் குழந்தை மீது லாரி மோதிவிட்டதாகவும், அவள் பிழைத்தது மறு பிழைப்பாகப் போய்விட்டது என்றும் எழுதியிருந்தான். என்ன விவரம்? எப்பொழுது இது நடந்தது?

இப்பொழுது குழந்தை சௌக்கியமாக இருப்பாள் என்று நம்புகிறேன். பெரிய குழந்தையா? சிறு குழந்தையா?

இப்போது குழந்தையின் உடல்நிலை எப்படி இருக்கிறது? தாங்கள் உடனே எழுத வேண்டும். அப்பொழுதுதான் எங்களுக்கு ஆறுதலாக இருக்கும். உடன் பதிலை எதிர்பார்க்கிறேன்.

அன்புள்ள,
கு. அழகிரிசாமி.

சுந்தர ராமசாமி

திருவனந்தபுரம்
10 செப்டம்பர் 1965

அன்புள்ள நண்பர் ஸ்ரீ அழகிரிசாமி அவர்களுக்கு,

நமஸ்காரம்.

தங்கள் Inland கடிதங்கள் இரண்டும் கிடைக்கப் பெற்றேன். இங்கு பலவித அசௌகரியங்களால் பதில் எழுதப் பிந்தி விட்டது.

எனது மூத்த பெண் சௌந்தரா, வயசு 9. இவள் சென்ற மாதம் 10ம் தேதி என் வீட்டுக்கு அருகில் லாரி விபத்துக்கு உள்ளாகிவிட்டாள். குழந்தை வெளியில் தனியே போகும் பழக்கமே கிடையாது. என்றும் அவ்வாறு செல்வதில்லை. அன்று அவள் நிர்ப்பந்தமாக, தான் மட்டும் தனியாக ஒரு பர்லாங் போய்விட்டு வருவதாகச் சொல்லி ஒரே முரண்டாகச் சென்று, வீட்டை விட்ட ஒரு நிமிஷத்திற்குள் இதற்கு ஆளாகிவிட்டாள். அன்று இரவு அவளைத் திருவனந்தபுரத்திற்குக் கொண்டுவந்தோம். முதலில் head injury இருக்கு மென்றும் கண்பார்வை பற்றியும் சந்தேகப்பட்டார்கள். இரண்டாவது நாள் நினைவு திரும்பிவிட்டது. அதோடு பழைய விஷயங்களை எல்லாம் எப்பொழுதும்போல் தெளிவாகப் பேச ஆரம்பித்து விட்டாள். பார்வையும் பாதிக்கவில்லை. இப்பொழுதுள்ள நிலை, இடது காலில் பலத்த காயம். குதிரைச் சதை, முட்டிலிருந்து பாதம்வரையிலும் பிய்ந்து போய்விட்டது. இதற்கு மாதக் கணக்கில் சிகித்சை பெற்றாக வேண்டும். Skin craft வேண்டிவருமென்று சொல்கிறார்கள். மெதுவாக இப்பொழுது ஆபத்தில்லாத நிலை. Fracture இல்லாததால் ஊனம் ஏற்படாது என்று டாக்டர் சொல்கிறார்கள். எல்லாம் சரியாகிவிடுமென்று குருட்டுத்தனமாக நம்பிக்கொண்டு மனசைத் தேற்றிக்கொண்டிருக்கிறேன்.

தங்களை எப்பொழுதெல்லாமோ வாருங்கள், வாருங்கள் என்று அழைத்து, தாங்கள் கடைசியில் வருகிறபோது தங்களை வரவேற்க முடியாத நிலையில் நான் இருக்கிறேன். என்ன செய்ய? குழந்தைகள் எல்லாம் சௌக்கியம்தானே? வேறு என்ன எழுதுவது என்றே தெரியவில்லை.

அன்புள்ள,
சுந்தர ராமசாமி.

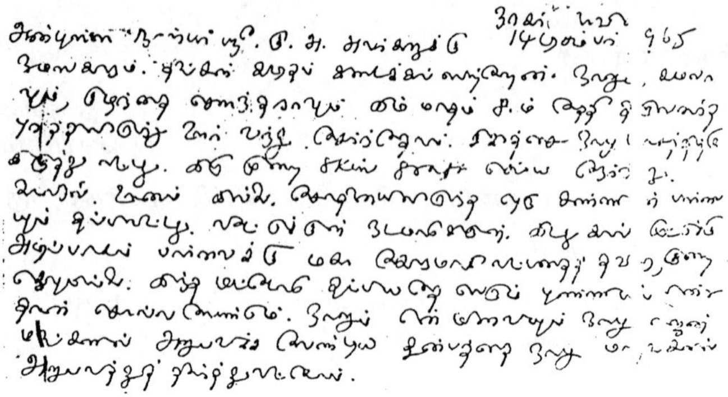

சுந்தர ராமசாமி

நாகர்கோவில்
14 டிசம்பர் 1965

அன்புள்ள நண்பர் ஸ்ரீ.கு.அ. அவர்களுக்கு,

நமஸ்காரம்.

தங்கள் கடிதம் கிடைக்கப்பெற்றேன். நானும், கமலாவும், குழந்தை சௌந்தராவும் இம்மாதம் 8ம் தேதி திருவனந்த புரத்திலிருந்து ஊர் வந்து சேர்ந்தோம். சிகித்சை நாலு மாதத்திற்கு இழுத்துவிட்டது. இரு முறை skin craft செய்ய நேர்ந்தது. காலில் ஊனம் இல்லை. சோதனையிலிருந்த ஒரு கண்ணின் பார்வையும் தப்பிவிட்டது. வீட்டுக்குள் நடமாடுகிறாள். இடது கால் முட்டுக்கு அடிப்பாகம் பார் வைக்கு மகா கோரமாகி விட்டதைத் தவிர, குறை எதுவு மில்லை. இந்த மட்டோடு தப்பியதே பெரும் புண்ணியம் என்றுதான் சொல்ல வேண்டும். நானும் என் மனைவியும் நாலு ஜென்மங்களில் அனுபவிக்க வேண்டிய துன்பத்தை நாலு மாதங்களில் அனுபவித்துத் தீர்த்துவிட்டோம்.

ஆல்வாய்க்கு நான் வருவது சந்தேகமே. என் மனைவிக்கு மாசம். எப்பொழுதுமே அவளுடைய பிரசவம் All India Writer's Conferenceஐ ஒட்டித்தான் வருகிறது! இருந்தாலும் தாங்களும் வருவீர்கள் என்று எண்ணுகிறபோது சபலம் தட்டுகிறது. மனசும் விச்ராந்தியாக எங்கே தொலைவோம் என்று வருகிறது. பார்ப்போம். முடிந்தால் வருகிறேன். குழந்தைகள் எல்லோரும் என்னை மறந்து போயிருப்பார்கள். எனக்கும்தான் அவர்கள் நினைவு அற்றுப்போய்விட்டதே.

அன்புள்ள,
சுந்தர ராமசாமி.

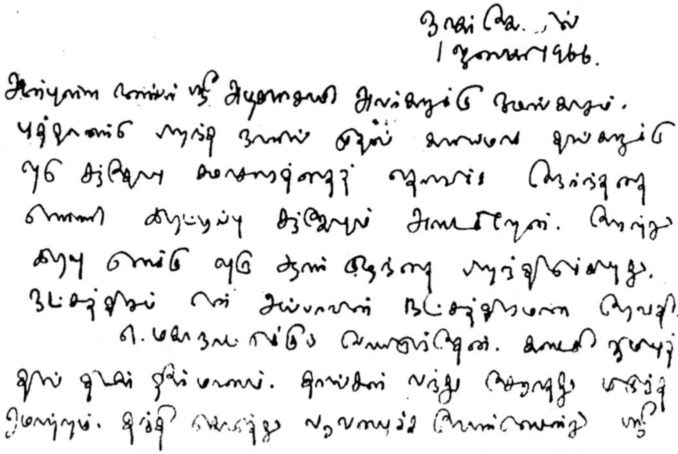

சுந்தர ராமசாமி

நாகர்கோவில்
1 ஜனவரி 1966

அன்புள்ள நண்பர் ஸ்ரீ அழகிரிசாமி அவர்களுக்கு,

நமஸ்காரம்.

புத்தாண்டு பிறந்த நாளில் முதல் காரியமாக தங்களுக்கு ஒரு சந்தோஷ சமாசாரத்தைத் தெரிவிக்க நேர்ந்ததை எண்ணி இரட்டிப்பு சந்தோஷம் அடைகிறேன். நேற்று இரவு எனக்கு ஒரு ஆண் குழந்தை பிறந்திருக்கிறது. நட்சத்திரம் என் அப்பாவின் நட்சத்திரமான ரேவதி.

எ. மகாநாட்டுக்குப் போயிருந்தேன். கடைசி நிமிஷத்தில் திடீர் தீர்மானம். தாங்கள் வந்து சேராதது மிகுந்த ஏமாற்றம். தந்தி கொடுத்து வரவழைக்க வேண்டுமென்று ஸ்ரீ க.நா.சுவிடம் சொன்னேன். களேபரத்தில் காரியம் நடக்கவில்லை. ஏன் வராமல் இருந்துவிட்டீர்கள்? மகாநாடு கோலாகலமாக நடந்தது. ஓய்வு இருக்கிறபொழுது கடிதம் எழுதுங்கள்.

அன்புள்ள,
சுந்தர ராமசாமி.

கு. அழகிரிசாமி

சென்னை,
1.1.66

அன்புமிக்க நண்பர் ராமசாமி அவர்களுக்கு,

நமஸ்காரம்.

புது வருஷ வாழ்த்துக்கள். புது வருஷத்தில் நான் எழுதும் முதல் கடிதமும் இதுவே.

குழந்தையின் உடல் நிலை பற்றி அறிந்து மிகவும் மகிழ்ச்சி அடைந்தோம். யாதொரு ஊனமும் இல்லாமல் குழந்தை சௌக்கியமாக இருக்கிறாள் என்பதைவிட வேறு என்ன மகிழ்ச்சி இருக்க முடியும்? நீங்களும் உங்கள் மனைவியும் நான்கு மாதங்கள் பெருந் துன்பத்துக்கு ஆளாகியிருந்தபோதிலும், நல்ல விதமாக அவள் குணமடைந்தது மிகுந்த ஆறுதலை அளிக்க வேண்டும். இங்கே தங்களை மட்டுமல்ல, சௌந்தரத்தையும் என் குழந்தைகள் மறந்துவிடவில்லை. எப்போதும் ஞாபகத்தில் வைத்திருக்கிறார்கள்.

நான் மகாநாட்டுக்குப் போகலாம் என்று எவ்வளவோ முயன்றும் முடியாமல் போய்விட்டது. தாங்கள் போயிருக்கக் கூடும். போயிருந்தால், மகாநாட்டுக்கு நான் வரமுடியாமல் போனது, எனக்கு இன்னும் பல மடங்கு ஏமாற்றத்தை அளிக்கும்.

நான் நான்கு மாதங்களாக ஆபீசுக்கு லீவு போட்டிருக்கிறேன். தக்க சந்தர்ப்பத்தை எதிர்நோக்கியிருக்கிறேன். அப்போது தினசரிப் பத்திரிகை வேலையிலிருந்து – சுமார் 14 வருடங்களுக்குப் பிறகு – எனக்கு விடுதலை கிடைத்த மாதிரிதான். ராமன் அயோத்திக்குத் திரும்பியதைக்கூட உவமானமாகச் சொல்லத் தோன்றுகிறது!

இப்போது கடந்த சில வாரங்களாக ஸ்ரீ எஸ்.வி. சகஸ்ரநாமம் அவர்களின் சேவா ஸ்டேஜுக்கு ஒரு நாடகம் எழுதி வருகிறேன். இன்று இரவுக்குள் எழுதி முடித்துவிடுவேன். "சுதேசமித்திர"னில் ஜனவரி 16–ம் தேதி இதழில் என் தொடர்கதை ஒன்றும் ஆரம்பமாகிறது. வாரப் பதிப்பில். முதல் அத்தியாயம் மட்டும் எழுதிக் கொடுத்திருக்கிறேன். என் எழுத்து வேலைபற்றி விசேஷமாக எழுத வேறு ஒன்றுமில்லை.

ஸ்ரீ எஸ்.வி. சகஸ்ரநாமம் அவர்கள் தம் குழுவினரோடு நாகர்கோவில் பொருட்காட்சியில் ஜனவரி 3,4 தேதிகளில் நாடகம் நடத்த வருகிறார்கள். நாளை காலை 4 மணிக்கு இங்கிருந்து புறப்பட்டுத் திங்கட்கிழமை காலை அங்கு வந்து சேருகிறார்கள். பயனீர் குமாரசாமி லாட்ஜில் ஜாகை. தாங்கள் நாடகங்களைப் பார்ப்பதோடு ஸ்ரீ சகஸ்ரநாமம் அவர்களையும் சந்திக்க வேண்டும். இலக்கியத்தில் அபார ரஸனை உடையவர்; பண்பில் சிறந்தவர்; உங்கள் "பிரசாதம்" முதலிய கதைகளைப் படித்திருக்கிறார். அவருடைய அக்காள் மகன் ஸ்ரீ என்.வி. ராஜாமணிதான் தங்கள் "வாழ்வும் வசந்தமும்" கதையை ஆங்கிலத்தில் மொழிபெயர்த்தவர். ஸ்ரீ சகஸ்ரநாமம் அவர்களிடம் தங்களைப்பற்றி நிறையச் சொல்லியிருக்கிறேன். எனவே அவரைத் தாங்கள் அவசியம் சந்திக்க வேண்டும். உங்களுக்கு இதன் மூலம் ஒரு சிறந்த நண்பரைத் தேடி அளிக்கிறேன். அவரே உங்கள் வீடு தேடி வருவார். வர இயலாமல், வீடு தெரியாமல் போனால், தாங்கள் அவரைப் பார்த்து, நான் நாகர்கோவிலுக்கு வந்தால் என்னிடம் எப்படிப் பழகுவீர்களோ அப்படிப் பழகுவீர்கள் என்று எதிர்பார்க்கிறேன்.

வேறு விசேஷமில்லை.

தங்கள் அன்புள்ள,
கு. அழகிரிசாமி.

சுந்தர ராமசாமி

நாகர்கோவில்
14 ஜனவரி 1966

அன்புள்ள நண்பர் ஸ்ரீ அழகிரிசாமி அவர்களுக்கு,

நமஸ்காரம்.

இன்று சுதேசமித்திரன் வார இதழ் வாங்கித் தங்கள் நாவலின் முதல் அத்தியாயத்தைப் படித்துவிட்டு அப்படியே உட்கார்ந்து எழுதுகிறேன். மிகவும் ரசமாகவும் நன்றாகவும் இருக்கிறது. கதாபாத்திரங்கள் அதற்குள் – அந்த இரண்டு பெண்கள், அப்பா, அம்மா – எல்லோரும் என் மனக் கண் முன்னால் வந்துவிட்டார்கள். தங்கள் பக்கத்துப் போர்ஷனில் நடக்கிற விசயத்தை, எங்கோ – ஸ்டார் பிரசுரத்திலோ, தமிழ்ப் புத்தகாலயத்திலோ – வைத்துத் தலையை மேலே தூக்கிக் கொண்டு தாங்கள் சொல்வது போலவும் நாங்கள் நண்பர்கள் நாலைந்து பேர் முன்னாலிருந்து கேட்பது போலவும் அவ்வளவு intimate ஆகச் சொல்லிக்கொண்டு போகிறீர்கள். தாங்கள் என்னிடம் நேரில் பேசிவிட்டுச் சென்றது போலவே இருந்தது, எனக்கு. இந்த நாவல் தங்களுக்கு ஒரு பிரமாதமான இலக்கிய வெற்றியைத் தேடித் தரவேண்டுமென்று பிரார்த்தித்துக் கொள்கிறேன். அப்படியே அமையும் என்றும் தோன்றுகிறது.

இங்கு நான், என் மனைவி, பெரியவள், சின்னவள், குஞ்சு எல்லோரும் சுகம். குழந்தைக்குப் பெயர்தான் பிறக்கும் பொழுதே உண்டே? என் தகப்பனார் பெயர்தான். வீட்டில் செல்லமாகக் கூப்பிட ஒரு பெயர் வேண்டும். ராதிகாவிடம், அவளுக்கு எந்தப் பெயர் பிடித்திருக்கிறது, சென்னை வட்டாரங்களில் என்ன பெயர் ஃபாஷனாக இருக்கிறது என்று கேட்டு எழுதவும். ராமுவிடம் கேட்டால் ஏதாவது கர்நாடகப் பெயரைச் சொல்வானோ என்று பயமாக இருக்கிறது. ராதிகாதான் மதறாஸ்காரி. அவள்தான் ஜோரான பெயர் சொல்லக்கூடும்.

ஸ்ரீ சகஸ்ரநாமம் அவர்களைச் சந்தித்தால் என் அன்பையும் வணக்கத்தையும் தெரிவிக்கவும்.

அன்புள்ள,
சுந்தர ராமசாமி.

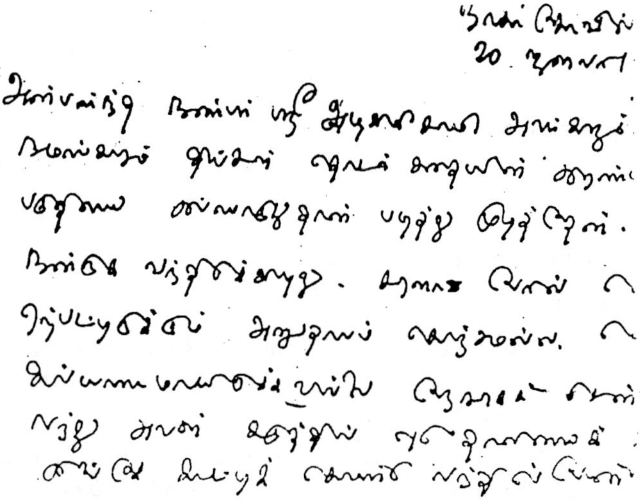

சுந்தர ராமசாமி

நாகர்கோவில்
20 ஜனவரி 1966

அன்பார்ந்த நண்பர் ஸ்ரீ அழகிரிசாமி அவர்களுக்கு,

நமஸ்காரம்.

தங்கள் தொடர்கதையின் இரண்டாவது பகுதியை இப்பொழுதுதான் படித்து முடித்தேன். ரொம்பவும் நன்றாக வந்திருக்கிறது. ஏராளா பேரில் எனக்கு ஏற்பட்டிருக்கும் அனுதாபம் கொஞ்சமல்ல. எனக்குக் கல்யாணமாயிருக்க வில்லை என்றால் நேராகச் சென்னைக்கு வந்து அவள் கழுத்தில் ஒரு தாலியைக் கட்டி இங்கே கூட்டிக்கொண்டு வந்திருப்பேன். எனக்கு ஒரு தம்பியிருந்தால் மீனாவையும் கூட்டிக்கொண்டு வந்துவிடுவேன் என்றுதான் தோன்றுகிறது. உண்மையாகவே இவ்வாறு தோன்றியதே பாத்திர சிருஷ்டி யின் வெற்றி என்று சொல்வேன்.

மிகவும் அருமையான எழுத்து.

அன்புள்ள,
சுந்தர ராமசாமி.

கு. அழகிரிசாமி

சென்னை,
24.1.66

அன்புமிக்க நண்பரவர்களுக்கு,

நமஸ்காரம்.

தங்கள் கடிதங்கள் இரண்டும் கிடைத்தன. அவற்றிற்கு இப்போது இரவு சரியாக 11.40-க்கு உட்கார்ந்து பதில் எழுதுகிறேன்.

என்னுடைய தொடர்கதையைப் பாராட்டித் தாங்கள் எழுதியிருப்பது எனக்கு அளவில்லாத மகிழ்ச்சியை அளித்தது. இந்த உலகத்தில் இனி யார் பாராட்டாவிட்டாலும் எனக்குக் கவலை இல்லை. நான் படைத்த கதாபாத்திரங்களைக் கல்யாணம் பண்ணிக்கொள்ள ஆசைப்படுகிற அளவுக்குப் பாராட்டியிருக்கிறீர்கள். இப்படிப்பட்ட ஒரு பாராட்டு வேறு எந்த இலக்கிய கர்த்தாவுக்கும் கிடைத்திருக்குமா என்பது சந்தேகமே! ஒரு வரி இப்படி எழுதி, என்னை மகிழ்ச்சிக் கடலிலேயே மூழ்கடித்துவிட்டீர்கள். இந்த மகிழ்ச்சியினிடை யிலும் உள்ளூர ஒரு பயமும் இருக்கிறது. இவ்வளவு அக்கறை யாக நீங்கள் ஏன்தான் படிக்கிறீர்களோ, தெரியவில்லை. எனக்குத் தர்ம சங்கடமாக இருக்கிறது. நாவலில் இனி வரக்கூடிய பகுதிகள் நன்றாக இல்லை என்றால், உங்கள் பாடும் கஷ்டம்; அதன் காரணமாக என் பாடும் கஷ்டம். முகமறியாத வாசகர்களுக்கு எழுதுவதில் உள்ள துணிச்சலும் சுதந்திரமும் வேறு; தங்களைப் போன்றவர்கள் படிக்கிறார்கள் என்று தெரியும்போது பயமாகவே இருக்கிறது. என்னவோ, அகப்பட்டுக்கொண்டுவிட்டேன். நின்று சாதிக்க வேண்டியது தான்.

"சுதேசமித்திரன்" வாரப்பதிப்புப் பொறுப்பாசிரியர் ஸ்ரீ.சி. ஸ்ரீனிவாசன் தங்கமான நண்பர். டிசம்பர் முதல் வாரத்தில், "தொடர்கதை எழுதுகிறீர்களா?" என்று விளையாட்டாகக் கேட்டார். நானும் "சரி" என்று சொல்லிவிட்டேன். "பத்து நாட்களுக்குள் ஒரு அத்தியாயமாவது கொடுத்துவிடுங்கள்" என்று சொன்னார். நானும் 9-வது நாள் இரவு உட்கார்ந்து கதையை யோசித்துவிட்டு, 'ஏனடா ஒப்புக் கொண்டோம்?'

என்று பலவாறாக வருந்தி, கடைசியில் வேறு வழியின்றி ஒரு அத்தியாயம் எழுதியனுப்பினேன். இதுவரையிலும் 5 அத்தியாயங்களே எழுதியிருக்கிறேன். 5-வது அத்தியாயத்தை இன்றுதான் எழுதினேன். தொடர்ந்து நாளையிலிருந்து எழுதி பாதி நாவலையாவது ஒரு மாதத்திற்குள் கொடுத்துவிட்டால் நல்லது. இல்லையா?

கடந்த 2 மாதங்களாக எனக்கு ஒரு மணி நேர ஓய்வு கிடைப்பதுகூடக் கஷ்டமாக இருக்கிறது. இரவும் பகலும் எழுத்துத்தான். ஆபீஸ் வேலையை விட்டு விலகிக் கொண்டு விட்டேன். தகராறு ஒன்றுமில்லை. வேலைப்பளு தாங்காமல் நானாக விரும்பித்தான் விட்டேன். சேவா ஸ்டேஜுக்கு "வாழ்வில் வசந்தம்" என்ற ஒரு நாடகம் எழுதிக் கொடுத்தேன். ஜனவரி 15,16,23 தேதிகளில் இங்கே வெற்றிகரமாக நடை பெற்றது. 23.1.66 "ஹிந்து" பத்திரிகையின் கடைசிப் பக்கத்தில் விமர்சனமும் வந்திருக்கிறது. நாடகத்திற்கு என்ன பெயர் வைக்கலாம் என்று நானும் ஸ்ரீ சகஸ்ரநாமமும் யோசித்தோம். ஐந்தாறு பெயர்களில் இதுவே பொருத்தம் என்று முடிவு கட்டினோம். அப்புறம்தான் "வாழ்வும் வசந்தமும்" என்ற தலைப்பில் தாங்கள் ஒரு கதை எழுதியிருப்பது ஞாபகத்திற்கு வந்தது! இதை ஸ்ரீ சகஸ்ரநாமத்திடமும் சொன்னேன். கதாநாயகனின் தோழனுக்கு ராமசாமி என்று நான் பெயர் வைத்திருக்கிறேன். எழுதும்போது வாய்க்கு வந்த பெயர். தங்கள் பெயரும் ராமசாமி என்பது, அதுவும் பின்னால் தான் நினைவுக்கு வந்தது! ஆனால் அவனுக்கும் தங்களுக்கும் சம்பந்தமில்லை! Because he is a good fellow only; but you are goodness itself.

தங்கள் பையனுக்கு நவீனப் பெயரை ராதிகா இன்னும் தேர்ந்தெடுக்கவில்லை. ஒரு வாரத்திற்குள் எழுதுவாள். எவ்வளவோ எழுத நினைத்தேன். இடமில்லை. அடுத்த கடிதம் பெரிதாக எழுதுகிறேன்.

கு.அ.

சென்னை, 24.2.66.

அன்புமிக்க நண்பரவர்களுக்கு,
நமஸ்காரம். தங்களிடமிருந்து அப்புறம் கடிதமே
இல்லையே! தொடர்கதையைத் தொடர்ந்து படிக்கிறீர்
களா? சரளா இப்பொழுதும் தங்கள் அனுதாபத்
தைப் பெற்றுக் கொண்டிருக்கிறாளா? அல்லது என் கதை
யைப் பார்த்துவிட்டு என் மீது இரக்கம் வந்துவிட்டதா?
என் மகள் இன்னும் உங்கள் பையனுக்குப் புதுப்
பெயர் வைத்துக் கொண்டிருக்கிறாள்! அவள் பெயர் வைப்
பதற்குள் தங்கள் பையன், பேரன் பேத்தி எடுத்துவிடுவான்!

கு. அழகிரிசாமி

சென்னை,
24.2.66

அன்புமிக்க நண்பரவர்களுக்கு,

நமஸ்காரம். தங்களிடமிருந்து அப்புறம் கடிதமே இல்லையே! தொடர்கதையைத் தொடர்ந்து படிக்கிறீர்களா? சரளா இப்பொழுதும் தங்கள் அனுதாபத்தைப் பெற்றுக் கொண்டிருக்கிறாளா? அல்லது என் கதையைப் பார்த்து விட்டு என்மீது இரக்கம் வந்துவிட்டதா?

என் மகள் இன்னும் உங்கள் பையனுக்குப் புதுப்பெயர் வைத்துக்கொண்டிருக்கிறாள்! அவள் பெயர் வைப்பதற்குள் தங்கள் பையன், பேரன் பேத்தி எடுத்துவிடுவான்! அதனால் தாங்களே ஓர் அழகான பெயர் வைத்து, அதை எங்களுக்கும் தெரிவியுங்கள்.

இங்கே எனக்கு ஆபீஸ் வேலை இல்லை என்றுதான் பெயர். எழுத்துவேலை இரவும் பகலும் இருந்துகொண்டிருக் கிறது. அவசர அவசரமாகவே எழுதிக்கொண்டிருக்கிறேன். வேறு விசேஷமில்லை. எல்லோரும் சௌக்கியம்.

அன்புள்ள,
கு. அழகிரிசாமி.

சுந்தர ராமசாமி

நாகர்கோவில்
21 மார்ச் 1966
இரவு ஒன்பது மணி

அன்புள்ள நண்பர் ஸ்ரீ அழகிரிசாமி அவர்களுக்கு,

வணக்கம். தங்கள் கார்டு கிடைத்து இரண்டு மூன்று வாரங்களுக்கு அதிகமாகக்கூட இருக்கலாம். பதில் எழுத ரொம்பவும் பிந்திப்போய்விட்டது. எதிர்பார்த்துக் கொண்டிருந்தீர்களோ என்னவோ. என்னவெல்லாம் கற்பனை செய்து கொண்டீர்களோ!

தங்களுடைய கார்டைப் படித்துவிட்டு நான் ரொம்பவும் சிரித்தேன். என் அபிப்பிராயத்திற்குத் தாங்கள் இவ்வளவு முக்கியத்துவம் அளிக்கிறீர்களே என்றுதான். கதை என் மனசைக் கவரத் தவறிவிட்டதால்தான் நான் மௌனம் சாதிக்கிறேனோ என்று தாங்கள் எழுதியிருப்பதைப் படித்து விட்டும் சிரித்தேன். அதோடு ஒரு கவலையும் வந்தது. அதைச் சொன்னால் தங்களுக்கு வேடிக்கையாக இருக்கும். இப்படித் தங்களைப் போன்றவர்கள் எல்லாம் தயங்கியும் பயந்தும் பிடித்துக்கொண்டிருக்கும் ஒரு இலக்கியப் பேனாவை யாரை நம்பி, என்ன தைரியத்தோடு நான் பிடித்துக்கொண்டிருக் கிறேன் என்று நான் என்னையே கேட்டுக்கொண்டேன். இனிமேல் உங்களுக்கு எப்பொழுதாவது ஆயாசம் தட்டினால் என்னை நினைத்துக் கொள்ளுங்கள். நானும் எழுதிக்கொண்டு தான் இருக்கிறேன் என்பதையும் நினைத்துக்கொள்ளுங்கள். இங்குள்ள கிருஸ்துவ நாடார்கள் ஒரு பழமொழி சொல்வார்கள். 'யானை மேல் இருக்கிறவ நாய் குரைக்குதுக்குப் பயப் படணுமா?' தங்களுக்கு இந்தப் பழமொழி தெரிந்திருக்கட்டும்.

என் சகோதரியும் சகோதரி கணவனும் வந்திருந்தார்கள். மூன்று வாரம் ஜாகை. அவர்களோடு ஊர் சுற்றல் ஓய்வு ஒழி வில்லாமல், ஒரு பத்து நாட்கள். மித்திரன் வாங்கத் தவறிவிட்டது. (தங்கள் தொடர்கதை வருவதற்கு முன் அதன் முகத்தில் விழித்ததே கிடையாது நான்.) நடுவில் இரண்டு இதழ்கள் வாங்க தவறிவிட்டன. கடைசி இரண்டு இதழ்கள் வாங்கி வைத்திருக்கிறேன். முன் பகுதியைப் படித்து விட்டு இதைப் படிக்க வேண்டும். ஒரு வாரத்தில் மீண்டும் எழுதுகிறேன்.

பயலுக்கு இன்னும் பெயர் வைக்கவில்லை. நடுவில் அவனுக்கு வயிற்று வலி வந்து ஒரு பத்து நாட்கள் சிரமப் பட்டது. அந்தக் களேபரத்தில் அவனுக்குப் பெயர் வைக்க வில்லை என்பதே மறந்து போய்விட்டது. இப்பொழுது வயிற்று வலி சற்றுக் குறைந்ததில் மீண்டும் பெயர் ஞாபகமே வந்திருக்கிறது.

தங்களுடைய கலைமகள் கதை படித்தேன். நன்றாக இருந்தது. கடைசிப் பகுதியில் வரும் கடிதம் மனசை ரொம்பவும் கவர்ந்தது. வீட்டில் எல்லோரும் சுகம்தானே? குழந்தைகளுக்கு என் அன்பு.

அன்புள்ள,
சுந்தர ராமசாமி.

கு. அழகிரிசாமி

சென்னை,
10.6.66

அன்புமிக்க நண்பர் ஸ்ரீ சுந்தர ராமசாமி அவர்களுக்கு,
நமஸ்காரம்.

தங்களிடமிருந்து கடிதம் வரும் வரும் என்று எதிர்பார்த்துக் கொண்டே இருந்தேன். இன்னும் வரவில்லை. சென்னையிடத்திலும் சென்னை வாசிகளிடத்திலும் சலிப்புத் தட்டிவிட்டதோ? அப்படிச் சலிப்புத் தட்டியிருந்தாலும் அதைத் தவறு என்று நான் சொல்லமாட்டேன்!

சென்ற மாதமே சௌந்தரத்தை அழைத்துக்கொண்டு சென்னை ஆஸ்பத்திரிக்கு வர வேண்டியிருக்கும் என்று சொன்னீர்கள். எப்பொழுது வருவீர்கள்? இப்பொழுது வரவேண்டிய அவசியம் இல்லை என்று அங்குள்ள டாக்டர்கள் கூறிவிட்டார்களா? விபரம் தெரியவில்லை.

நான் 26.4.66-ல் டில்லிக்குப் போய்விட்டு, 12.5.66-ல்தான் அங்கிருந்து திரும்பினேன். பன்னிரண்டு நாட்கள் தங்கிவிட்டேன். ஹரித்துவாரம், ரிஷிகேஷ் போன்ற ஸ்தலங்களுக்கும் போனேன். கங்கையில் நீராடினேன். இமயமலையிலும் சுமார் ஒரு மைல் தூரம் ஏறினேன். என்னோடு ஸ்ரீ என்.வி. ராஜாமணி ரிஷிகேஷிற்கு வந்திருந்தார். அதன் பின் நான் தனியாகவே ஆக்ராவுக்குப் போய் தாஜ்மஹால் முதலிய அதிசயங்களையும் பார்த்தேன். ரிஷிகேஷ், ஹரித்துவார் – இந்த இரண்டு இடங்களையும் மறக்க முடியாது. உலகக் கவலைகளையெல்லாம் மறக்க வைத்து தெய்வீகமான சாந்தியையும் களிப்பையும் தரும் இடங்கள் அவை. டில்லியில் நண்பர் ப. ஸ்ரீனிவாசன் வீட்டில்தான் அதிக நாட்கள் தங்கினேன். தங்களோடு தங்கள் வீட்டில் தங்கியதுபோல் இருந்தது.

சென்னைக்குத் திரும்பிய பிறகு திடீரென்று உற்சாகம் குன்றி dullness தொடங்கி விட்டது. காரணமே புரியவில்லை. சுற்றுப்பிரயாணத்தின் விளைவோ என்னவோ? எனக்கு உற்சாகம் கொடுக்கும் ஓர் உபாயமாகவும் நான் இந்தக் கடிதத்தைத் தங்களுக்கு எழுதுவதாக வைத்துக்கொள்ளலாம்! தாங்கள் பதில் எழுதினால் இப்போதைக்கு அது ஒரு காயகல்பமாகவே இருக்கும்.

நண்பர் ஸ்ரீ கிருஷ்ணன் நம்பியின் "போட்டி" கதையை நாலைந்து நாட்களுக்கு முன்புதான் படித்தேன். அருமை!

அன்புள்ள,
கு.அ.

சுந்தர ராமசாமி

நாகர்கோவில்
13 ஜூன் 1966

அன்புள்ள நண்பர் ஸ்ரீ அழகிரிசாமி அவர்களுக்கு,

நமஸ்காரம். தங்கள் 10/6 கடிதம் கிடைக்கப் பெற்றேன். தங்களுக்கு எழுத நினைத்து ஏதேதோ காரணங்களால் நாளை நாளையெனத் தள்ளிப்போட்டுகொண்டிருந்தபோது தங்கள் கடிதம் கிடைக்கப் பெற்றது மிகுந்த சந்தோஷமாகவும், ஏதோ ஒரு விதமான 'வெட்க உணர்ச்சி'யையும் ஏற்படுத்திற்று. ஒன்றிரண்டு வாரங்களுக்கு முன்னர் மதுரை மீனாக்ஷி புத்தக நிலையம் அதிபர் இங்கு வந்திருந்தார். அப்பொழுது விசாரித்ததில் தாங்கள் சென்னை திரும்பியிருக்கவில்லை என்று தெரிந்தது. தங்களுடைய வட இந்திய விஜயம் வெற்றிகரமாக இருந்ததா, impressions என்ன என்ன என்பதை யெல்லாம் விரிவாக எழுதும்படி கேட்டுக்கொண்டு எழுது வதாக இருந்தேன். இப்பொழுது சுருக்கமாக அவ்விஷயத்தை எழுதிவிட்டீர்கள். நான் எதிர்பார்த்த முறையில் விரிவாக அது இல்லை. விஷயமும் தாங்கள் மீண்டும் எழுதத் தடை யாகப் பழசாகிவிட்டது.

சென்னை சலிப்புத் தட்டிவிட்டதா என்று கேட்டிருக்கிறீர் கள். ஆமாம். சலிப்புத் தட்டிவிட்டது. ஆனால் இப்பொழுது அல்ல. சென்னையை முதல் தடவையாகப் பார்த்தபோதே. மேலுக்கு மேல் ஒவ்வொரு தடவையும் அங்கு வருகிறபோதும் அந்த எண்ணம் வலுப் பெறுகிறது. ஆனால் மீண்டும் சென் னைக்கு வரவேண்டுமென்ற ஆசையும் இருக்கிறது. சில 'தவ றான' உறவுகளில் ஆண்களுக்கு ஏற்படக்கூடிய கவர்ச்சியும், கசப்பும் சென்னைக்கு இருக்கின்றன என்று தோன்றுகிறது.

தற்போதைக்கு சென்னைக்கு சௌந்தரத்தை அழைத்துக் கொண்டு வருவதாய் இல்லை. அங்கிருந்து டாக்டர்கள் எழுதித் தந்த குறிப்பைப் பற்றி எங்கள் குடும்ப டாக்டர் மிகவும் சந்தேகப்படுகிறார். விசேஷ பயன் கிடைக்கும் என்று நம்ப முடியாதபடி இருக்கிறதாம் அது. அப்படியானால் குழந்தையைச் சிரமப்படுத்துவானேன் என்பது அவர் கருத்து. டிசம்பர் வரையிலும் தற்போதைக்கு விஷயத்தை ஒத்திப் போட்டிருக்கிறோம். ஸ்கூல் திறந்துவிட்டது. சௌந்தராவும்,

தைலாவும் பள்ளிக்குப் போய்வருகிறார்கள். அங்கு குழந்தைகள் எல்லோரும் பாஸாகியிருப்பார்கள் என்று நினைக்கிறேன். சென்னையிலிருந்து என் சகோதரியும் குழந்தைகளும் வந்திருந்தார்கள். சாருகேசி சில சமயம் பேசுகிறபோது அவள் முகபாவமும், முக அசைவுகளும் ராதிகாவை நினைவுபடுத்துவதுபோல் தோன்றிக் கொண்டே இருந்தது. இந்த எண்ணம் இப்போதுதான் ஏற்படுகிறது. ஆக சென்னையிலிருந்து நான் ஊர் வந்தபின் எனக்கு ஒவ்வொரு நாளும் ராதிகா நினைவு எத்தனை தடவை வந்திருக்கும் என்பதற்குக் கணக்குக் கிடையாது. என்னை நீங்கள் நினைத்துக்கொள்கிறீர்களா? பார்க்கிற போதாவது என்னை நினைத்துக்கொள்ளுங்கள்!

புளிய மரத்தின் கதை எழுதி முடித்துவிட்டேன். சென்னைக்கும் அனுப்பிவிட்டேன். விரைவிலேயே அச்சேற்றிவிடப் போவதாக நண்பர் முத்தையா எழுதியிருக்கிறார். கல்கியிலிருந்து வெள்ளி விழா மலருக்குக் கதை கேட்டு கடிதம் வந்திருக்கிறது. நான் சென்னையிலிருக்கிறபோதே இங்கு வந்திருக்கிறது அது. இன்னும் எழுதி அனுப்பவில்லை நான். தாங்கள் எழுதி அனுப்பிவிட்டீர்களா? பிந்திப் போய்விட்டது என்றால் எழுதும் உத்தேசத்தைக் கைவிட்டுவிடுவது என்றிருக்கிறேன்.

நேற்று ஹிந்துவில் ஒரு விளம்பரம் பார்த்தேன். அதைப் பார்த்ததும் தங்கள் நினைவு வந்தது. 'கட்டிங்' அனுப்பி வைத்திருக்கிறேன். தங்கள் முயற்சிகள் எந்த நிலையிலிருக்கின்றன? சீக்கிரம் பழுத்துவிடுமா? மூன்று சைபர் சம்பளத்தில் எங்கேயாவது தாங்கள் ஜம்மென்று ஏறி அமர்ந்துவிட வேண்டுமென்றிருக்கிறது எனக்கு. விரைவில் அது பலிக்கும்.

தி. ஜானகிராமனைப் பார்ப்பதுண்டா? என் அருமை வாசகர்கள் எப்படியிருக்கிறார்கள்?

பிற தங்கள் பதில் பார்த்து எழுதுகிறேன்.

அன்புள்ள,
சுந்தர ராமசாமி.

கு. அழகிரிசாமி

2/86, பெருமாள் கோவில் வீதி,
பாப்பாநாயக்கன் பாளையம்,
கோயமுத்தூர்*–1*
20.9.66

அன்புமிக்க நண்பர் ராமசாமி அவர்களுக்கு,

நமஸ்காரம்.

தங்கள் கடிதம் கிடைத்தது. இந்தக் கடிதம் தங்களுக்குக் கிடைக்கும்போது *(22.9.66)* நான் சென்னைக்குப் பயணமாகிக் கொண்டிருப்பேன்.

என் தாயாருக்கு சுமார் *2* மாதமாகவே உடம்பு சரியில்லை. பக்கவாதம். படுத்த படுக்கை. சென்ற மாதம் 'டிரங்க்கால்' வந்து ஒருமுறை வந்து போனேன். இப்பொழுது நிலைமை மோசமாக இருப்பதாகத் தந்தி வந்து *11*–ம் தேதி காலை இங்கு வந்து சேர்ந்தேன். பிரக்ஞை இல்லாதிருந்த நிலையிலேயே அன்று மாலை காலமாகிவிட்டாள். வயது *67*. நான் மூத்த மகன் என்ற முறையில் எல்லா இறுதிக் கிரியைகளையும் செய் தேன். *22*–ம் தேதி, கோவையை அடுத்த பேரூரில் 'விசேஷம்' வைத்திருக்கிறது. அன்றிரவே சென்னைக்குப் புறப்படுகிறேன்.

என் மனைவியும் சாரங்கனும் இன்று காலையில் சென் னையிலிருந்து வந்து சேர்ந்தார்கள்.

சென்னையில் சுமார் *3* அத்தியாயங்கள் படித்திருந்த "ஒரு புளிய மரத்தின் கதை"யின் மீதிப் பகுதியை இங்கு கையோடு கொண்டுவந்து படித்தேன். அபார நாவல் என்று – ஏன் சாதாரண நாவல் என்று கூட – சொல்லமாட்டேன். ஒரு மரத்தை வைத்து ஒரு குறிப்பிட்ட காலத்தில் வாழ்ந்த சின்ன மனிதர்களின் படப்பிடிப்பாகவும், அந்தக் காலத்தின் படப்பிடிப்பாகவுமே இருக்கிறது. "சின்ன மனிதர்கள்" என்பது "பெரிய மனிதர்கள்" என்பதற்கு எதிர்ப்பதமல்ல. "கனமான மனிதர்கள்"– யோக்கியர்களானாலும் சரி, அயோக்கியர்களா னாலும் சரி என்பதன் எதிர்ப்பதமே. நாவல் என்ற முறையில் பாராட்டிச் சொல்ல ஒன்றுமில்லாவிடினும், ஒவ்வொரு வரியையும் அக்ஷர லக்ஷமாக எழுதியிருக்கிறீர்களே, அதை உச்சிமேல் வைத்துப் போற்றிப் போற்றிக் கொண்டாட வேண்டும். என்ன கையோ அது! இப்படி எந்தத் தமிழ்

எழுத்தாளனாலும் 10 வாக்கியங்கள் கூட எழுத முடியாது. வரிக்கு வரி பிரமிப்பு, உள்ளுக்குள்ளேயே ஒரு சிரிப்பு, ஒரு கிளுகிளுப்பு இத்தனையுமாக படித்தேன் நாவலை. தங்களுக்குத்தான் எவ்வளவு நுட்பமான, கூர்மையிலும் கூர்மையான, அறிவுத்திறம்! இதற்கு ஈடு இணை சொல்ல முடியாது. தாங்கள் முன்னுரையில் கூறியிருப்பது போல், சிறந்த நாவல்களைத் தங்களால் ஒன்றல்ல, ஏராளமாகவே எழுத முடியும்; எவரும் நிகரில்லை என்று சொல்லக் கூடியவாறு எழுத முடியும். குற்றாலத்துக் குறும்பலா மரத்தின் கிளையெலாம் சிவலிங்கம், பழமெலாம் சிவலிங்கம், சுளையெலாம் சிவலிங்கம் என்று திரிகூடராசப்பக் கவிராயர் குறவஞ்சியில் பாடினார். தங்களுடைய புளியமரத்தின் கிளையெலாம், இலையெலாம், பூவெலாம், காயெலாம் இலக்கியமாக இருக்கிறது. புளியமரத்தில் தேனே வடிகிறது.

அன்புள்ள,
கு. அழகிரிசாமி.

சுந்தர ராமசாமி

நாகர்கோவில்
28 அக்டோபர் 1966

அன்புள்ள நண்பர் ஸ்ரீ கு. அழகிரிசாமி அவர்களுக்கு,

தங்கள் 24/10 கடிதம் என்ன காரணத்தாலோ எனக்கு நேற்று மாலைதான் கிடைத்தது. தங்கள் கடிதத்தைப் படித்து விட்டு ஆச்சரியம் அடைந்தேன். இவ்வாறு தாங்கள் சந்தேகம் கொள்ள நேர்ந்துவிட்டது எனது துரதிருஷ்டம்தான். தங்கள் முன்கடிதத்தைப் படித்ததில் எனக்கு எவ்விதக் கோபமோ தாபமோ வரவில்லை என்பது மட்டுமல்ல, சஞ்சலங்களுக்குக் கூட ஆளாகாத நிலையில் தாங்கள் என்ன எழுதிவிட்டீர்கள்! தீபாவளி மும்முரத்தில் வறண்ட காரியங்களுக்கு மத்தியில் தங்களுக்கு எழுத வேண்டாம், தீபாவளியன்று காலைப் பொழுதில் மன நிம்மதியோடு பசுமையான மனசோடு தங்களுக்கு எழுதலாம் என்று நினைத்தேனே தவிர வேறு ஒன்றுமே நினைக்கவில்லை.

தாங்கள் ஏதேதோ நினைத்துக்கொண்டு, 'ரொம்ப விலகி'ய படி எழுதியிருக்கிறீர்கள். 'இனிமேல் பாராட்டப்பட வேண்டிய விஷயங்களை மட்டுமே எழுதுவேன்' என்றும், 'கோபம் இல்லையென்றால் பதில் எழுதுங்கள் அல்லது தணிந்த பிறகு எழுதுங்கள்' என்றெல்லாம் தாங்கள் எழுதும்படி ஆகிவிட்டதே என்று எண்ணி வருத்தப்படுகிறேன். எனக்கு என்ன எழுதுவது என்றே தெரியவில்லை.

நண்பர் ஜானகிராமனும் அவருடைய குடும்பத்தினரும் வந்திருந்தனர். பொழுது ஆனந்தமாக அல்ல பேரானந்தமாகப் போயிற்று என்று சொல்ல வேண்டும். அவர் தனக்குத்தானே அனுபவித்துக்கொண்டிருக்கும் சந்தோஷத்தையும் சூழ இருப்பவர்களுக்கு வாரிவழங்கும் சந்தோஷத்தையும் பார்த்துப் பொறாமைப்பட வேண்டும்.

தாங்களும் குழந்தைகளும் சுகந்தானே?

அன்புள்ள,
சுந்தர ராமசாமி.

கு. அழகிரிசாமி

சென்னை,
27.4.67

அன்புமிக்க நண்பர் ராமசாமி அவர்களுக்கு,

நமஸ்காரம்.

முந்தா நாள் இரவு தாங்கள் எனக்கு எழுதிய எல்லாக் கடிதங்களையும் எடுத்து மொத்தமாக வைத்துக்கொண்டு ஒருமுறை முழுக்கப் படித்தேன். அவற்றைப் படிக்கும்போது கிட்டிய அபூர்வமான இன்பானுபவம் ஒரு புறம் இருக்க, இந்த 1967-ம் வருஷம் பிறந்ததிலிருந்து இதுவரையிலும் தாங்கள் எனக்கோ, நான் தங்களுக்கோ கடிதமே எழுத வில்லை என்ற உண்மையும் தெரியவந்தது. 1966 நவம்பருக்குப் பிறகு நாம் கடிதமே எழுதிக்கொள்ளவில்லை. நமக்கு ஓய் வொழிச்சல் இல்லாமல் அப்படி வேலைகள் இருந்திருக்கின்றன!

சுமார் ஒரு மாதத்திற்கு முன் தங்கள் தந்தையாரும், சகோதரியும் திருவல்லிக்கேணியில் வசிக்கும் சகோதரரும் என் வீட்டிற்கு வந்திருந்தார்கள். பேசிக்கொண்டிருந்தோம். உடனே தங்களுக்கு எழுத நினைத்தேன். ஆனால் 21.3.67-ல் கல்கத்தாவுக்குப் போய்விட்டேன். 4.4.67-ல்தான் சென்னைக்குத் திரும்பினேன். இன்றுதான் தங்களுக்கு எழுத முடிந்தது.

நான் 7.5.67-ல் மதுரையில் ஒரு சொற்பொழிவு நிகழ்த்த வருகிறேன். என்னோடு என் மனைவியும் ராதிகாவும் வருகிறார்கள். அங்கிருந்து கோவில்பட்டிக்கும் இடைசெவலுக்கும் போய்விட்டு, 12-ம் தேதி நாகர்கோவிலுக்கு வருவதாக இருக்கிறோம். 13-ம் தேதி கன்னியாகுமரிக்குப் போய்விட்டு 14-ம் தேதி திருவனந்தபுரத்திற்காவது தென்காசிக்காவது புறப்பட வேண்டும். எனவே 12,13 தேதிகளில் தாங்கள் நாகர்கோவிலில் இருப்பீர்களா, அல்லது வியாபார நிமித்தம் வெளியூர்களுக்குப் போக வேண்டியிருக்குமா என்பதைத் தெரிவிக்க வேண்டுகிறேன்.

வீட்டில் அனைவரும் சௌக்கியம் என்று நம்புகிறேன்.

தங்கள் அன்புள்ள,
கு. அழகிரிசாமி.

நான் அழைத்திருக்க, எத்தனையோ தடவை தாங்கள் 'வருகிறேன், வருகிறேன்' என்று சொல்லியிருக்க, பல தடவை தென் பக்கம் வந்திருக்க, வந்தும் இங்கு வராமலே போயிருக்க, இப்பொழுது வந்தே விடுவது என்று தாங்கள் தீர்மானித்துவிட்டது 'ஆஹா' என்றிருக்கிறது.

கவர்னர் புறப்பாடு மாதிரி புரோகிராம் தேதி வாரியாகப் போட்டு அனுப்பியிருக்கிறீர்கள்!

சுந்தர ராமசாமி

நாகர்கோவில்
29 ஏப்ரல் 1967

அன்புமிக்க நண்பர் அழகிரிசாமி அவர்களுக்கு,

வந்தனம்.

தங்கள் 27/4 கடிதம் இப்பொழுது கிடைத்தது.

தாங்களும், தங்கள் மனைவியாரும், குழந்தை ராதிகாவும் இங்கு வருகிறீர்கள் என்பதைப் படித்ததும், மிகுந்த பூரிப் படைந்தேன். எத்தனையோ தடவை நான் அழைத்திருக்க, எத்தனையோ தடவை தாங்கள் 'வருகிறேன், வருகிறேன்' என்று சொல்லியிருக்க, பல தடவை தென் பக்கம் வந்திருக்க, வந்தும் இங்கு வராமலே போயிருக்க, இப்பொழுது வந்தே விடுவது என்று தாங்கள் தீர்மானித்துவிட்டது 'ஆஹா' என்றிருக்கிறது.

கவர்னர் புறப்பாடு மாதிரி புரோகிராம் தேதி வாரியாகப் போட்டு அனுப்பியிருக்கிறீர்கள்!

இம்மாதம் நான் எங்கும் போவதாக இல்லை. இங்கேயே இருப்பேன். அவசியம் வாருங்கள்.

இங்கு மனைவி குழந்தைகள் எல்லோரும் சுகம்.

மதுரையிலிருந்தோ, அல்லது இடைசெவலிலிருந்தோ மீண்டும் எனக்கு எழுதுவீர்கள் என்று எதிர்பார்க்கிறேன்.

அன்புள்ள,
சுந்தர ராமசாமி.

சுந்தர ராமசாமி

8.5.1967

அன்புள்ள நண்பர் ஸ்ரீ. அழகிரிசாமி அவர்களுக்கு,

நமஸ்காரம்.

தங்கள் 6/5 கார்டு இப்பொழுது கிடைத்தது. நான் தங்களுக்கு எழுதிய கடிதம் கிடைத்த விபரம் தாங்கள் எழுதவில்லையென்றாலும் கிடைத்திருக்குமென்று நம்புகிறேன்.

எனது மைத்துனிக்கு வருகிற மே 11ல் கல்யாணம் திருநெல்வேலியில் வைத்து. மிஸிஸுூம், சௌந்தரா தைலாவும் அங்கு சென்றிருக்கிறார்கள். தாங்கள் குடும்பத்தோடு வரவிருக்கும் விஷயம் என் மனைவிக்குத் தெரியும். தங்கையின் திருமணத்தை நடத்தி வைத்துவிட்டு அம்மாள் 13,14ஆம் தேதிகளில் வந்துவிடுவதாகச் சொல்லியிருக்கிறாள். தங்களுக்கு அசௌகரியம் எதுவும் இல்லையெனில் தாங்கள் நாகர்கோவில் வரும் தேதியை இரண்டொரு நாட்கள் தள்ளிப்போடலாம். ஆனால் இதை ஒரு கண்டிப்பாய் எடுத்துக்கொள்ள வேண்டாம். அதே சமயம் தாங்கள் வந்தால் எங்களுக்கு அசௌகரியமாக இருக்கும் என்று தயவு செய்து கற்பனை செய்துகொள்ளவும் வேண்டாம். நட்பைக் கருதி இதை எழுதுகிறேன் என்பது தவிர வேறில்லை. தாங்கள் கோவில்பட்டி வந்ததும் தேதியை உறுதிப்படுத்தி எனக்கு எழுதுங்கள். தங்கள் வருகையை ஆவலோடு எதிர்பார்த்திருக்கிறேன். பிற விஷயங்கள் நேரில் பேசிக்கொள்வோம்.

மே 11 – தவிர பிறநாட்களில் நான் இங்குதான் இருப்பேன்.

10ஆம் தேதி இரவு நெல்லை சென்று 12ஆம் தேதி காலை இங்கு திரும்புவதாக உத்தேசம்.

அன்புள்ள,
சுந்தர ராமசாமி.

கு. அழகிரிசாமி

சென்னை,
10.6.67

அன்புமிக்க நண்பர் ஸ்ரீ சுந்தர ராமசாமி அவர்களுக்கு,

வணக்கம். 5.6.67 காலை 5.30 மணிக்கு மதுரையிலிருந்து சூப்பர் எக்ஸ்பிரஸில் புறப்பட்டு மாலை 6.10க்குச் சென்னை வந்து சேர்ந்தோம். வந்து நான்கு நாட்கள் வரை திக்குத்திசை தெரியவில்லை. எந்தச் சாமானை எங்கே வைத்தோம் என்பது மறந்துவிட்டது. ரேஷன் கார்டு உட்பட! நேற்றுத்தான் ஒருவகையாக ஒழுங்குக்கு வந்து, நாங்களும் சென்னைவாசிகளாக மாறினோம். கடந்த நாலைந்து நாட்களாகக் கடிதங்களை Redirect பண்ணும் வேலையிலிருந்து தங்களுக்கு விடுதலை கிடைத்திருக்கும். ஸ்ரீ நா. பார்த்தசாரதி 4.6.67 இரவு மலேசியாவிலிருந்து சென்னை திரும்பினார். அங்கே அவருக்குப் பிரமாதமான வரவேற்புகள். மலேசியப் பிரயாணம் அவரை ஆனந்த வெள்ளத்தில் மூழ்கடித்துவிட்டது என்றே சொல்ல வேண்டும். அவ்வளவு சந்தோஷமாக அங்கே நடந்த கூட்டங்களையும் உபசாரங்களையும்பற்றிக் கூறினார்.

நாங்கள் திருவனந்தபுரத்தில் 3 நாட்களும், தென்காசியில் 6 நாட்களும், ஸ்ரீவில்லிபுத்தூரில் ஒரு நாளும், சிவகாசியை அடுத்துள்ள எட்டக்காபட்டியில் 6 நாட்களும், மதுரையில் 2 நாட்களும் தங்கிவிட்டுச் சென்னைக்குத் திரும்பினோம். சுற்றுப்பிரயாணம் முழுவதுமே ஒருவிதக் கஷ்டமுமின்றி சந்தோஷகரமாக அமைந்துவிட்டது எங்கள் நல்லதிர்ஷ்டம் என்றே சொல்ல வேண்டும். 6.5.67-ல் சென்னையைவிட்டுக் கிளம்பி, 5.6.67-ல் சென்னைக்குத் திரும்பினோம். இந்த ஒரு மாத காலமும் மறக்க முடியாத ஒரு காலப்பகுதி.

திருவனந்தபுரம் நண்பர்கள் மிகச் சிறந்தவர்களாக, மெட்ராஸ் வாடை தைக்காத உயர்குணம் படைத்தவர்களாக விளங்குகிறார்கள். மூன்று நாட்களையும் எங்களை உபசரிப்பதிலேயே செலவிட்டார்கள். புது நண்பர்களாக இருந்தும் இவ்வளவு அந்நியோன்யமாக நடந்துகொண்டது என்னை வியப்பிலும் மகிழ்ச்சியிலும் ஆழ்த்திவிட்டது. என் மனைவியின் சகோதரி ஒரு பத்து நாள் முன்னதாக – அதாவது தென்காசியிலிருந்தே – சென்னைக்குத் திரும்பினாள். பிறகு

நாங்கள் மட்டும் அங்கே சில நாட்கள் இருந்துவிட்டு ஸ்ரீவில்லி புத்தூருக்குப் பயணமானோம். வழக்கம்போல் எட்டக்கா பட்டியில் 6 நாட்களும் இலக்கியப் பேச்சும், கம்பரைப் பற்றிய விவாதமும்தான். மிக அருமையான ஊர். ஒருமுறை தங்களை அங்கே அழைத்து வருவதாக நண்பர் முத்துசாமி யிடம் வாக்குறுதி கொடுத்துவிட்டு வந்திருக்கிறேன். கரிசல் காட்டுப் பண்பாட்டின் சிகரத்தை ஒருமுறையாவது தாங்கள் பார்க்க வேண்டாமா?

வீட்டில் அனைவரும் சௌக்கியம் என்று நம்புகிறேன். தங்கள் தாயாரின் உடல்நிலை சௌக்கியமாக இருக்கிறதா? அவர்கள் இவ்வளவு பிரமாதமாக, நவீனமாகப் பேசுவார்கள் என்று நான் எதிர்பார்க்கவே இல்லை. இவ்வளவு இலக்கிய ரெசனையா என்று மலைத்துவிட்டேன். தங்கள் அருமைக் குமாரன் – அந்த Gentleman எப்படி இருக்கிறான்? அவனை நினைத்து நினைத்து என் மனைவி மகிழ்ந்து போகிறாள். தங்கள் மனைவியாருக்கு என் மனைவி கடிதம் எழுதப் போகிறாளாம். தந்தையாருக்கு எங்கள் வணக்கங்கள்.

அன்புள்ள,
கு. அழகிரிசாமி.

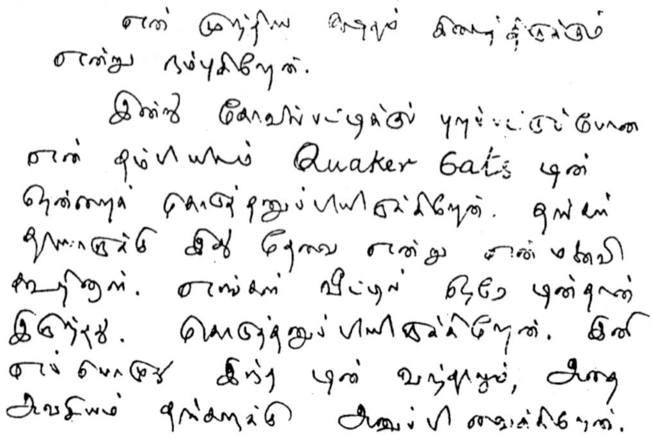

என் முந்திய கடிதம் கிடைத்திருக்கும்
என்று நம்புகிறேன்.
இன்று கோவில்பட்டிக்குப் புறப்பட்டுப்போன
என் தம்பியிடம் Quaker Oats டின்
ஒன்றைக் கொடுத்தனுப்பியிருக்கிறேன். தங்கள்
தாயாருக்கு இது தேவை என்று என் மனைவி
கூறினாள். எங்கள் வீட்டில் ஒரே டின்தான்
இருந்தது. கொடுத்தனுப்பியிருக்கிறேன். இனி
எப்பொழுது இந்த டின் வந்தாலும், அதை
அவசியம் தங்களுக்கு அனுப்பி வைக்கிறேன்.

கு. அழகிரிசாமி

13.6.1967

அன்புமிக்க நண்பர் சுந்தர ராமசாமி அவர்களுக்கு,

நமஸ்காரம்.

என் முந்திய கடிதம் கிடைத்திருக்கும் என்று நம்புகிறேன்.

இன்று கோவில்பட்டிக்குப் புறப்பட்டுப்போன என் தம்பியிடம் Quaker Oats டின் ஒன்றைக் கொடுத்தனுப்பியிருக்கிறேன். தங்கள் தாயாருக்கு இது தேவை என்று என் மனைவி கூறினாள். எங்கள் வீட்டில் ஒரே ஒரு டின்தான் இருந்தது. கொடுத்தனுப்பியிருக்கிறேன். இனி எப்பொழுது இந்த டின் வந்தாலும், அதை அவசியம் தங்களுக்கு அனுப்பி வைக்கிறேன்.

இப்பொழுது அனுப்பியிருக்கிற டப்பாவை நன்றாகக் காகிதத்தில் வைத்துக் கட்டி, “திரு. சுந்தரம் ஐயர், சுதர்சன் ஜவுளிக்கடை, மணிமேடை, நாகர்கோவில்” என்று விலாசம் எழுதிய ஒரு அட்டையையும் அதனோடு சேர்த்துக் கட்டியிருக்கிறேன். கோவில்பட்டியில் உள்ள ஜவுளி வியாபாரியான என் நண்பர் ஒருவர் – சேது. அண்ணாமலை என்ற பெயருடையவர் – கையில் இந்த டப்பாவைச் சேர்ப்பிக்கும்படி கூறியிருக்கிறேன். அவரோ அல்லது கே.ஏ. வெங்கடசாமி என்ற நண்பரோ அந்த டப்பாவைக் கோவில்பட்டியிலிருந்து திருநெல்வேலிக்கு வரும் ஒரு பஸ்ஸின் டிரைவரிடம்

கொடுத்து, அந்த டிரைவர் மூலம் நாகர்கோவிலுக்கு வரும் பஸ்ஸின் டிரைவரிடம் சேர்ப்பிக்கும்படி சொல்லியிருக் கிறேன். எனவே திருநெல்வேலியிலிருந்து நாகர்கோவிலுக்கு வரும் பஸ்களின் டிரைவர்களில் யாராவது உங்களுக்குத் தெரிந்தவர் இருந்தால் அவரிடம் விஷயத்தைச் சொல்லி வைக்கவும்.

இப்படியெல்லாம் கைமாறிக் கைமாறி உங்கள் கையில் சாமான் ஒழுங்காக வந்து சேர்ந்தால் அது முருகன் திருவருள் தான். இப்பொழுது என் மனசில்,

"ஓடுற தண்ணியிலே
ஒரசிவிட்டேன் சந்தனத்தை;
சேர்ந்திச்சோ சேரலையோ
செவத்தப்பிள்ளை நெத்தியிலே"

என்ற நாடோடிப் பாடல்தான் எதிரொலித்துக்கொண்டிருக் கிறது! பார்ப்போம். பஸ் டிரைவர் வேண்டியவராக இருந்தால் நெல்லையிலிருந்து நாகர்கோவிலுக்குள் நுழைந்து, ஸ்டாண் டுக்குப் போய்ச் சேருமுன் உங்கள் கடையின் முன் நிறுத்திக் கொடுத்துவிட்டுப் போகலாம்.

இங்கே நாங்கள் சௌக்கியம். அம்மா இப்பொழுது சௌக்கியமாக இருப்பார்கள் என்று நம்புகிறேன்.

இங்கே மலேசியாவிலிருந்து திரும்பி வந்த திரு. நா. பார்த்த சாரதி, "தீபம் பேட்டியைப் பற்றி சுந்தர ராமசாமி ஏதாவது சொன்னாரா? எழுதி வைத்திருக்கிறாரா?" என்று கேட்டார். "வாசகர் வட்டத்திற்கு நாவல் எழுதிக்கொண்டிருக்கிறாரா?" என்று தி.க.சி. கேட்டார். "இந்த இரண்டு விஷயங்களையும் இரண்டு நாட்களிலும் நாங்கள் இரண்டு பேருமே பிரஸ்தா பிக்கவில்லை" என்று சொன்னேன்.

"தீபம்" பேட்டியை முடித்து அனுப்புங்களேன். நாங்கள் படித்து ரஸிக்கலாம் அல்லவா? நீங்கள் கதை எழுதியும் பல மாதங்கள் ஆகிவிட்டன. உங்கள் கதையைப் படித்து ரஸிக்க நானும் சௌந்தரமும் ராதிகாவும் ஆவலோடு காத்துக் கொண்டிருக்கிறோம் என்பது உங்களுக்குத் தெரியுமோ?

அன்புள்ள,
கு. அழகிரிசாமி.

"குவேக்கர் ஓட்ஸ்" டப்பா சம்பந்தமாக Correspondence பண்ண வேண்டிய அவசியமும் ஏற்பட்டுவிட்டால், தாங்கள் கீழ்க்காணும் இரு விலாசங்களுக்குக் கார்டுகள் எழுதி விசாரிக்கலாம். எனக்கு மிகவும் வேண்டிய நண்பர்கள் :

சேது. அண்ணாமலை,
அண்ணாமலை எம்போரியம்,
394/10, மெயின் ரோடு,
கோவில்பட்டி S. Rly.

கே.ஏ. வெங்கடசாமி,
அருணா சைக்கிள் லைன்ஸ்,
சந்தைப் பேட்டை தெரு,
கோவில்பட்டி S. Rly.

என் தம்பி 14.6.67-ல் மதுரையில் தங்கிவிட்டு, 15 அல்லது 16-ம் தேதி கோவில்பட்டிக்குப் போய்ச் சேருவான்.

சுந்தர ராமசாமியின் பிற நூல்கள்

ஒரு புளியமரத்தின் கதை

(கிளாசிக் நாவல்)

ரூ. 240

1966இல் வெளிவந்த 'ஒரு புளியமரத்தின் கதை'

ஒரு நவீன செவ்வியல் புனைவாக நிலைபெற்றுவிட்டது. இந்நாவல் அளவுக்குத் தமிழ் வாசகர்களின் உயர் ஆதரவைத் தொடர்ந்து பெற்றுவரும் இன்னொரு படைப்பு தமிழில் இல்லை. மலையாளத்திலும் இந்தியிலும் கன்னடத்திலும் தெலுங்கிலும் மொழிபெயர்க்கப்பட்டுள்ள இந்நாவலின் ஆங்கில மொழிபெயர்ப்பை பெங்குயின் 'நவீன கிளாசிக்' வரிசையில் வெளியிட்டுள்ளது. 2000த்தில் தமிழிலிருந்து நேரடியாக ஹீப்ருவில் மொழிபெயர்க்கப்பட்ட இந்நாவல் அம்மொழிக்குச் சென்றுள்ள முதல் இந்திய மொழி நூல் என்ற பெருமையைப் பெற்றது. ஒப்பீட்டிலக்கிய விமர்சகர் கே.எம். ஜார்ஜ் இந்நாவலை நோபல் பரிசு பெறத் தகுதியான தெனக் குறிப்பிடுகிறார்.

2021ஆம் ஆண்டு அமேசான் கிராசிங்கின் ஆங்கிலப் பதிப்பாக 'ஒரு புளியமரத்தின் கதை' உலக அரங்கில் வாசகர்களைச் சென்றடைய உள்ளது.

ஜே. ஜே: சில குறிப்புகள்

(கிளாசிக் நாவல்)

ரூ. 240

தமிழ் இலக்கியத்தின் சத்தான பகுதியை ஜே.ஜேயின் மூளைக்குள் தள்ளிவிட வேண்டும். அவன் எழுத்தில் நம்மைப் பற்றி, நம் இலக்கியம் பற்றிக் குறிப்பே இல்லை. ஏன்? எதுவும் அவனிடம் போய்ச்சேரவில்லையா? நடுவில் பாஷையின் சுவர்கள். மனிதனைப் பிளவுபடுத்தும் சுவர்கள். உண்மையைச் சார்ந்து நிற்க வேண்டிய மனிதனை, சத்தத்திற்கு அடிமைப்படுத்திவிட்ட முடக் கருவி. அதை நொறுக்கிவிடலாம். அறியவும் அறிவிக்கவும் மனிதன் கொள்ளும் பேராசையின் முன் தூள்தூளாகப் பறந்துபோகும் அது. வள்ளுவனின், இளங்கோவின், கம்பனின், பாரதியின் அவகாசிகளை எப்படிக் கணக்கில் எடுத்துக்கொள்ளாமல் இருக்க முடியும்? உலக அரங்கில் கவிதைச் சொத்தின் பெரும் செல்வந்தர்களை எப்படிப் புறக்கணிக்க முடியும்? எல்லோருக்கும் நம்மீது அலட்சியம் கவிந்துவிட்டதோ என்று சந்தேகப்பட ஆரம்பித்தேன். அவர்களிடம் போய்ச்சேரும் தமிழ்ப் படங்கள். அவர்களுக்குப் பார்க்கக் கிடைக்கும் நாடகங்கள். நம் அரசியல்வாதிகளின் வாள்வாள் கத்தல்கள். என்ன நினைப்பார்கள் நம்மைப் பற்றி?

குழந்தைகள் பெண்கள் ஆண்கள்

(நாவல்)

ரூ. 690

சுந்தர ராமசாமி தமது அரை நூற்றாண்டு காலத்துக்கும் மேற்பட்ட இலக்கிய வாழ்வில் மூன்று நாவல்களைப் படைத்துள்ளார். அவை மூன்றும் அதனதன் வழியில் முக்கியமானவை; பொருள்சார்ந்து தனித்துவமானவை. 'ஒரு புளியமரத்தின் கதை' ஓர் இடத்தின் கதை. 'ஜே.ஜே.: சில குறிப்புகள்' காலத்தின் மீதான விமர்சனம். 'குழந்தைகள் பெண்கள் ஆண்கள்' மனித உறவுகளின் மாண்பை வியக்கும் படைப்பு. இந்தத் தனித்துவமே இந்நாவல்களைக் காலத்தை விஞ்சிய ஆக்கங்களாக நிலைநிறுத்துகிறது.

○

சு.ரா.வின் நாவல்களில் அபூர்வமான எளிமையும் இயல்பான அழகும் மிளிரும் நாவல் 'குழந்தைகள் பெண்கள் ஆண்கள்'. லக்ஷ்மி ஹோம்ஸ்ட்ரோம் மொழிபெயர்ப்பில் வெளிவந்த இந்நாவலின் ஆங்கில ஆக்கம் 2014ஆம் ஆண்டு'கான கிராஸ்வேர்டு பரிசை பெற்றது.

சுந்தர ராமசாமி சிறுகதைகள்

(முழுத் தொகுப்பு)

ரூ. 850

சுந்தர ராமசாமியின் படைப்பு ஆளுமையின் முக்கியமான பல கூறுகளை அவரது சிறுகதைகளிலேயே தெளிவாக அடையாளம் காணமுடிகிறது. பல வழிகளில் பயணம் செய்துவந்த சுந்தர ராமசாமியின் இலக்கிய வெளிப்பாடுகள் சிறுகதைகளின் வாயிலாகவே தொடங்கியது மட்டுமல்ல; சிறுகதைகளின் வழியாகவே கூர்மையாகத் தம்மை நிலைநிறுத்திக் கொண்டன. சு.ரா.வின் சிறுகதைகள் வாசிப்பை ஓர் இனிய அனுபவமாக்கும் அதே நேரத்தில் தீவிரமான அனுபவத்தின் தொந்தரவுக்கும் நம்மை உள்ளாக்குகின்றன. செறிவும் நேர்த்தியும் கொண்ட மொழியோடு உறவுகொள்ளும் சுகத்தை அளிக்கும்போதே உக்கிரமான தேடலின் கனத்தையும் நம் மீது சரியச் செய்துவிடுகின்றன. மனிததுக்கத்தையும் அவலங்களையும் மட்டுமன்றி நெகிழ்வையும் விகாசத்தையும் பதிவுசெய்கின்றன.

வாழ்வுக்கும் நமக்கும், காலத்திற்கும் நமக்கும், மொழிக்கும் நமக்கும் இடையேயான உறவுகளைச் செழுமைப்படுத்துவது ஒரு கலைஞனின் முக்கியமான பங்களிப்பாக இருக்க முடியும். சுந்தர ராமசாமியின் சிறுகதைகள் இதைப் பெருமளவில் நிறைவாகச் செய்திருக்கின்றன.

மனக்குகை ஓவியங்கள்

(கட்டுரைகள் முழுத் தொகுப்பு)

ரூ. 875

தமிழ் உரைநடைக்குப் பெரும் பங்களித்த சுந்தர ராமசாமி எழுதிய கட்டுரைகளின் முழுத்தொகுப்பு இந்நூல். அவர் தனிக் கட்டுரை நூல்களாக எழுதிய 'ந. பிச்சமூர்த்தியின் கலை: மரபும் மனித நேயமும்' மற்றும் சாகித்திய அகாதெமிக்காக எழுதிய 'கிருஷ்ணன் நம்பி' நூல்கள் நீங்கலாகப் பிற கட்டுரைகள், உரைகள், முன்னுரைகள், விவாதங்கள் அனைத்தும் இதில் இடம்பெற்றுள்ளன. சுந்தர ராமசாமியின் இலக்கியப் பார்வையையும் சமூகப் பார்வையையும் முழுமையாக அறிந்துகொள்ள இத்தொகுப்பு இன்றியமையாதது.

இல்லாத ஒன்று
(சிறுகதைகள்)
ரூ. 225

எளிமையான கதைகளில் பல, எளிமையான தோற்றம் கொண்டவையே தவிர உண்மையில் எளிமையனவை அல்ல. 1951 முதல் 1966 வரை சுந்தர ராமசாமி எழுதியவற்றிலிருந்து தேர்ந்தெடுத்த இக்கதைகள் வாசிக்க எளிமையானவை. அதே சமயம் கூர்மையும் நுட்பமும் கொண்டவை. தீவிரத் தன்மையை இழக்காமலேயே சுவாரஸ்யமான வாசிப்பு அனுபவத்தை சாத்தியமாக்கக்கூடியவை. ஆரம்ப நிலையில் உள்ள வாசகரிலிருந்து தேர்ந்த வாசகர்கள் வரை அனைவரையும் கவரக்கூடியவை.

தொலைவிலிருக்கும் கவிதைகள்
(மொழிபெயர்ப்புக் கவிதைகள்)
ரூ. 225

பசுவய்யா என்னும் புனைபெயரில் சுந்தர ராமசாமி மொழிபெயர்த்துள்ள கவிதைகள் இவை. உலகக் கவிதைகளின் வளத்தையும் வீச்சையும் இவை வெளிப்படுத்துகின்றன. கிறிஸ்துவுக்கு முற்பட்ட காலத்தைச் சேர்ந்த சீன, ஜப்பானியக் கவிதைகளையும் நவீன ஐரோப்பியக் கவிதைகளையும் அமெரிக்கக் கவிதைகளையும் உள்ளடக்கிய தொகுப்பு இது.

வாழ்க சந்தேகங்கள்
(கேள்வி - பதில்)
ரூ. 120

கேள்வி – பதில், எந்தக் காலத்திலும் மனித மனங்களை வசீகரித்துவந்திருக்கும் ஒரு படைப்பு வடிவம். குமுதம் தீராநதி இதழுக்கு வாசகர்கள் கேட்ட கேள்விகளும் அவற்றிற்கு சுந்தர ராமசாமி அளித்த பதில்களும் இங்கு தொகுக்கப்பட்டுள்ளன. சிறுபத்திரிகை எழுத்தாளர்கள் மீதான கவனம் அதிகரித்திருப்பது, இயக்கங்களின் இன்றைய நிலை, ஹாலிவுட் நடிகர் டென்சில் வாஷிங்டனின் படம், மதமாற்றத் தடைச் சட்டம், தலித் இலக்கியம் எனப் பல விஷயங்கள் குறித்து வாசகர்களுடன் சு. ரா. தீவிரமாக உரையாடல் நிகழ்த்துகிறார். வெளியான சமயத்தில் பெரும் வரவேற்பைப் பெற்று, காரசாரமான விவாதங்களை எழுப்பிய இந்தத் தொடர் இப்போது நூல் வடிவம் பெறுகிறது.

அந்தரத்தில் பறக்கும் கொடி
(கிளாசிக் கட்டுரைகள்)
ரூ. 225

இலக்கிய விமர்சனம், இலக்கிய ஆளுமைகளுடனான அனுபவ பதிவுகள், இலக்கியம் மற்றும் சமூக நிகழ்வுகள் குறித்த எதிர்வினைகள், ஆளுமைகள் பற்றிய மதிப்பீடுகள் என சுந்தர ராமசாமியின் உரைநடை எழுத்துக்களைப் பிரதிநிதித்துவப்படுத்தும் தொகுப்பு இது. தமிழ்ச் சமூகம் மற்றும் இலக்கியச் சூழல் குறித்த ஆழ்ந்த, கரிசனமிக்க விமர்சனங்கள் லாவகமான மொழியில் உரத்து வெளிப்படும் இக்கட்டுரைகள் தமிழ் இலக்கியச் சூழலில் சு.ராவைத் தனித்து இனங்காட்டுகின்றன. ஏறத்தாழ அரை நூற்றாண்டு காலத் தொடர்ச்சிகொண்ட அவரது கருத்துகளில் வெளிப்படும் நேர்மையும் பிடிப்பும் அவரோடு கருத்தியல் ரீதியாக உடன்பாடு கொள்ளாதவர்களால்கூட மறுதலிக்க இயலாதவை. சீரிய வாசகர்கள் அவசியம் படிக்க வேண்டிய தொகுப்பு இது.

தோட்டியின் மகன்

(மலையாள நாவல்)

தகழி சிவசங்கரப் பிள்ளை

தமிழில்: சுந்தர ராமசாமி

ரூ. 175

தோட்டியின் மகனைப் படித்தபோது விருப்பமும் வியப்பும் மனதில் அலைமோதின. வெளியுலகத்திற்கே தெரியாத ஒரு இருண்ட வாழ்க்கையினூடே எப்படி இவரால் இவ்வளவு சகஜமாகப் புகுந்து மன உணர்ச்சிகளை அள்ளிக்கொண்டுவர முடிகிறது! தகழி வெளிப்படுத்தியிருப்பது தோட்டிகளின் வாழ்க்கை சார்ந்த தகவல்களை அல்ல என்பதையும், காலம் அவர்களது அடிமனங்களில் மூட்டும் நெருப்பு என்பதையும் உணர்ந்தபோது மிகுந்த வியப்பு ஏற்பட்டது. கொடுமையில் மனம் கொள்ளும் கோபத்தில், ரத்தத்தில் உஷ்ணம் ஏறாமல் என்னால் அப்போதெல்லாம் தோட்டியின் மகனின் எந்தப் பக்கத்தையும் படிக்க முடிந்ததில்லை.

தமிழகத்தில் கல்வி

வே. வசந்தி தேவியுடன் உரையாடல்

சந்திப்பு : சுந்தர ராமசாமி

ரூ. 160

வசந்தி தேவியின் அணுகுமுறை லட்சிய நோக்கும் யதார்த்தப் பார்வையும் இணைந்தது. நடைமுறைச் சாத்தியமற்ற கனவுகளைப் பற்றி அவர் இந்த நூலில் எங்கும் பேசவில்லை. கல்வியின் பயனை மொத்தச் சமூகமும் பெறவில்லை என்றும், அதில் ஏற்றத்தாழ்வுகள் இருக்கின்றன என்றும், உயர் ஜாதியினரும் வசதிபடைத்தவர்களும் பெறும் கல்வியை ஒடுக்கப்பட்ட மக்களும் ஏழைகளும் இன்று பெற முடியவில்லை என்றும் அவர் தெளிவுபடுத்துகிறார். ஆகவே தமிழ்வழிக் கல்வியில் அவர் கொண்டிருக்கும் நம்பிக்கை கல்வியின் குறிக்கோளில் அவர் கொண்டிருக்கும் நம்பிக்கையோடு பின்னிப் பிணைந்து கிடக்கிறது. சமூகத்தை விட்டு விலகி நிற்கும் கல்வி பயனற்றது என்பதே அவரது கருத்து.

ஒரு கலை நோக்கு

ஆளுமைகள் தோழமைகள்

(கட்டுரைகள்)

ரூ. 300

சுந்தர ராமசாமி தன்னைப் பாதித்த, செயலுக்கு ஊக்கமளித்த, சிந்தனைக்கு உரமூட்டிய படைப்புகளையும் ஆளுமைகளையும் முன்னோடிகளையும் குறித்து எழுதியவற்றிலிருந்து தேர்ந்தெடுக்கப்பட்ட கட்டுரைகளின் தொகுப்பு இந்நூல். ஒரு கலைஞனின் சமரசமற்ற நோக்கிலேயே தான் பெற்ற அனுபவத்தையும் அறிவையும் கண்டடைந்த முடிவுகளையும் வாசகர்களுடன் பகிர்ந்துகொள்கிறார்.

அனுபவசாரத்திலிருந்து உயிர்கொண்ட கருத்துகள், உண்மையின் சார்பில் நிற்கும் முனைப்பு, கலையில் தார்மீக மதிப்பீட்டை வலியுறுத்தும் பிடிவாதம், படைப்பின் பெருவெளிச்சத்தின் முன் அடையும் குதூகலம், மானுடக் கரிசனையின்பால் நெகிழ்வு இவை அவரது கலைநோக்கின் அடிப்படைகள். மிகைவியப்போ, பொருந்தா உதாசீனமோ தென்படமுடியாத அந்த கலை நோக்கில் பார்க்கப்படும் ஆளுமைகளும் படைப்புகளும் மேலும் பெருமை பெறுகின்றன. நோக்குபவரும் பெருமதிப்பைப் பெறுகிறார்.

மறியா தாமுவுக்கு எழுதிய கடிதம்

(சிறுகதைகள்)

ரூ. 220

200 ஆண்டிற்குப் பின்னர் சு.ரா. எழுதிய 12 கதைகளின் தொகுப்பு இந்நூல். சு.ரா.வின் புனைவுலகம் அதன் அடுத்த கட்டத்தை அடைந்திருப்பதைக் காட்டும் கதைகள் இவை.

தீவிரமும் நுட்பமும் குன்றாமல் எளிமையான முறையில் கதைகளைச் சொல்ல முடியும் என்பதை உணர்த்தும் பல கதைகள் இத்தொகுப்பில் உள்ளன. தமிழ் மண்ணை மட்டுமின்றி அமெரிக்க வாழ்வையும் தழுவியதாக விரியும் இந்தப் புனைவு வெளி, நிலம், பண்பாடு ஆகிய எல்லைகளைக் கடந்த தளத்தில் மனித வாழ்வின் கூறுகளை மிகுந்த அக்கறையுடனும் தீராத வியப்புடனும் திறந்த மனத்துடனும் ஆராய்கின்றன. கவித்துவம் ததும்பும் சு.ரா.வின் மொழிநடை இறுக்கம் தளர்ந்த தீவிரத்துடன் வாசகருடன் நட்பார்ந்த தொனியில் உரையாடுகிறது. சொல்லும் மொழியைவிடவும் சொல்லாமல் உணர்த்தும் மௌனத்தின் வலிமையை அதிகம் நம்பும் சு.ரா., தன் புனைவு வெளியினுள் வாசகருக்கான வெளியையும் அதன் மூலம் திறந்துவைக்கிறார்.

அக்கரைச் சீமையிலே

(முதல் சிறுகதை வரிசை)

ரூ. 175

சுந்தர ராமசாமியின் முதல் சிறுகதைத் தொகுப்பு ‘அக்கரைச் சீமையில்’. ஒரு எழுத்தாளனின் வருகையை அறிவித்த இந்தத் தொகுப்பு, அந்தக் கதை ஆளுமையின் வளர்ச்சியையும் முன்னறிவித்தது. விதைக்குள் விருட்சத்தின் இயல்பு மறைந்திருப்பது போல சுந்தர ராமசாமி எழுத்தின் எதிர்காலக் குணங்கள் ‘அக்கரைச் சீமையில்’ தொகுப்பிலேயே முளைகொண்டிருந்தன.

ஆரோக்கியமான புதுமைப்பித்தன் பாதிப்பில் எழுதப்பட்டவை இந்தத் தொகுப்பின் கதைகள். இவையே முற்போக்கு இலக்கியத்தின் அசலான வகைமாதிரிகள். அதே சமயம் சுந்தர ராமசாமியின் பிற்காலக் கதையெழுத்தில் தெளிந்து தெரியும் வடிவக் கச்சிதம், உள்ளடக்கப் பொருத்தம், மொழி நேர்த்தி, மானுடக் கரிசனம் போன்ற ஆதார இயல்புகள் முதல் தொகுப்புக் கதைகளிலேயே வேரோடியிருக்கின்றன. ‘தண்ணீர்’ – கச்சிதமான வடிவம், ‘அகம்’ – உள்ளடக்கப் பொருத்தம், ‘முதலும் முடிவும்’– மொழி நேர்த்தி, ‘கைக்குழந்தை’ – புதிய உத்தி, ‘கோவில் காளையும் உழவு மாடும்’– மானுடக் கரிசனம் என்று எளிதாக வகைப்படுத்தலாம். இந்த முன்னோடி இயல்பே இந்தக் கதைகளை இன்றும் நிகழ்காலத்திற்கு உரியவையாக நிலைநிறுத்து கின்றன.

சுந்தர ராமசாமி கவிதைகள்

(முழுத் தொகுப்பு)

ரூ. 275

சுந்தர ராமசாமியின் பாடுபொருள்கள் சமகால வாழ்வைச் சார்ந்தவை. கடந்த காலத்தின் கீர்த்தியையோ எதிர்காலத்தின் கனவையோ அவை கவிதைப் பொருள்களாகப் பெரும்பாலும் ஏற்பதில்லை. நிகழ்காலத்தின் நடப்புபற்றி, அதில் மறைந்திருக்கும் சிக்கல்கள் சிறுமைகள் புதிர்கள் வியப்புகள் ஆகியவற்றை அலசுகின்றன. அலசலின் முத்தாய்ப்பாகச் சமகால வாழ்வு சார்ந்த ஒரு கருத்துநிலையை வந்தடைகின்றன. அந்தக் கருத்தாக்க நிலை அவரே குறிப்பிட்டதுபோல் கோட்பாடுகள் சார்ந்து அமைவதல்ல.